மோகினித் தீவு

மோகினித் தீவு

கல்கி

ரிதம் வெளியீடு

மோகினித் தீவு
கல்கி ©

Mohini Theevu
Kalki ©

1st Edition: Feb 2022
2nd Edition: March 2023
Pages: 80   Price: Rs. 80
ISBN: 978-93-93724-18-2

Publishing Editor
T. Senthil Kumar

Published by:
Rhythm Veliyeedu
New No.58, Old No.26/1, 1st Floor,
Alandur Road, Saidapet,
Chennai - 600 015, Tamil Nadu, INDIA
Ph : (044) 2381 0888, 2381 1808, 4208 9258
E-mail : senthil@rhythmbooks.in
Web : www.rhythmbooksonline.com

Book Layout Cover Design
Visual Vinodh - 9500149822

முன்னுரை

அந்த இங்கிலீஷ் சினிமா கொஞ்சங்கூட நன்றாயில்லை. "ஏண்டா அப்பா, இங்கே வந்தோம்? காசைக் கொடுத்துத் தேளைக் கொட்டிக் கொண்ட கதையாயிருக்கிறதே!" என்ற எண்ணம் உண்டாயிற்று.

அந்த படத்தில் குதிரைகள் குடல் தெறிக்க ஓடிக் கொண்டிருந்தன.

ஒரு மனிதனும் இன்னொரு மனிதனும் கத்திச் சண்டை போட்டார்கள்.

ஒரு யுவனும் ஒரு யுவதியும் காதல் புரிந்தார்கள்.

மறுபடியும் குதிரைகள் ஓடின.

இரண்டு மனிதர்கள் துப்பாக்கியால் சுட்டுக் கொண்டார்கள்.

ஒரு யுவதியும் ஒரு யுவனும் காதல் புரிந்தார்கள்.

குதிரைகள் எவ்வளவு வேகமாய் ஓடினாலும் படம் மட்டும் மெள்ள நகர்ந்து கொண்டிருந்தது.

கத்திச் சண்டை பொய், துப்பாக்கிக் குண்டு பொய், காதலும் பொய்.

இந்த அபத்தத்தை எத்தனை நேரம் சகித்துக் கொண்டிருப்பது? எழுந்து போய் விடலாமா என்று தோன்றியது.

இந்த சமயத்தில் இடைவேளைக்காக விளக்குப் போட்டார்கள். சாதாரணமாக சினிமாக் கொட்டகைகளில் இடைவேளை வெளிச்சம் போட்டதும் பெரும்பாலான ரசிகர்கள் சுற்று முற்றும் திரும்பிப் பார்ப்பது வழக்கம். அதன் காரணம் என்னவென்பது அன்று எனக்கு

விளங்கியது. சினிமாத் திரையில் உயிரற்ற பொம்மை முகங்களைப் பார்த்துப் பார்த்து அலுத்துப் போன கண்கள் உயிருள்ள உண்மை மனிதர்களின் முகங்களைப் பார்க்க விரும்புவது இயல்புதானே? தெரிந்த முகம் ஏதேனும் தென்படுகிறதா என்று நானும் அன்றைக்குத் திரும்பிப் பார்த்தேன். இந்த உபயோகமற்ற சினிமாவைப் பார்க்க வந்த அசட்டுத்தனத்தை இன்னும் யாரேனும் ஓர் அறிமுகமான மனிதருடன் பகிர்ந்து கொள்வதில் சற்று நிம்மதி உண்டாகலாம் அல்லவா?

அவ்வாறு சுற்று முற்றும் பார்த்த போது தெரிந்த முகம் ஒன்று உண்மையிலேயே தெரிந்தது. யார் என்பது உடனே புலப்படவில்லை. அந்த மனிதரும் என்னைப் பார்த்து ஒரு புன்னகை புரிந்தார். நான் பட்ட அவதியை அவரும் பட்டுக் கொண்டிருக்க வேண்டும் என்று தோன்றியது.

சமிக்ஞையினால் நாங்கள் முகமன் சொல்லிக் கொண்டிருந்த சமயத்தில், என் பக்கத்தில் உட்கார்ந்திருந்த ஒரு ரஸிகர், "சுத்தப் பாடாவதிப் படம்! ஒன்றே கால் ரூபாய் தண்டம்!" என்று இரைச்சல் போட்டுக் கொண்டு எழுந்து போனார்.

சற்றுத் தூரத்திலிருந்து புன்னகை புரிந்த மனிதர் அந்தச் சந்தர்ப்பத்தை நழுவ விடக் கூடாது என்று பரபரப்புடன் எழுந்துவந்து என் பக்கத்து நாற்காலியில் உட்கார்ந்தார்.

"என்ன சேதி?" "என்ன சமாசாரம்?" "வீட்டில் எல்லாரும் சௌக்கியமா?" "படம் சுத்த மோசமாயிருக்கிறதே!" என்று க்ஷேமலாபங்களை விசாரித்துக் கொண்டே, அந்த மனிதர் யாராயிருக்கும் என்று யோசித்துக் கொண்டிருந்தேன். பேச்சு வாக்கில், "இப்போது எங்கே ஜாகை?" என்று கேட்டேன்.

"ஜாகையாவது, மண்ணாங் கட்டியாவது? ஜாகை கிடைக்காதபடியினால் தான் சினிமாக் கொட்டகையிலாவது பொழுதைப் போக்கலாம் என்று வந்தேன். இங்கேயும் இந்த லட்சணமாயிருக்கிறது. மறுபடியும் பர்மாவுக்கே திரும்பிப் போய் விடலாமா என்று கூட ஒவ்வொரு சமயம் தோன்றுகிறது" என்றார்.

பர்மா என்ற வார்த்தையைக் கேட்டதும் அந்த மனிதரைப் பற்றி எனக்கு நினைவு வந்து விட்டது.

அந்த மனிதர் என் பழைய சிநேகிதர். கற்பனையும் ரசனையும் படைத்தவர். கவிதையிலும் காவியத்திலும் முழுகியவர். அப்படிப்பட்ட மனிதர்கள் வாழ்க்கையில் வெற்றி பெறுவது அபூர்வந்தானே? பாரத நாட்டில் பிழைக்க வழியில்லையென்று கண்டு பர்மாவுக்குப் போனார். இவருடைய அதிர்ஷ்டம் அங்கேயும் தொடர்ந்து சென்றது. இவர் போய்ச் சேர்ந்த சில நாளைக்கெல்லாம் ஜப்பான் யுத்தம் மூண்டது. ஜப்பானிய சைன்யங்கள் மலாய் நாட்டைக் கைப்பற்றிக் கொண்டு பர்மாவின் மீது படையெடுத்து வந்தன. ஜீவனோபாயம் தேடிப் பர்மாவுக்குச் சென்ற சிநேகிதர் ஜீவன் பிழைத்தால் போதும் என்று தாய்நாட்டுக்குப் புறப்பட வேண்டியதாயிற்று. தப்பிப் பிழைத்தவர் சென்னை வந்து சேர்ந்த புதிதில் ஒரு தடவை அவரைப் பார்த்தேன். அந்தச் சமயம் சென்னை நகரைக் காலி செய்துவிட்டுச் சென்னைவாசிகள் ஓடிக் கொண்டிருந்த சமயம். ஆகையால் அப்போது அவரிடம் அதிகம் பேசுவதற்கு முடியவில்லை. அன்று பிரிந்தவரை இன்றைக்கு சினிமாக் கொட்டகையில் பார்த்தேன். "வாழ்க சினிமா!" என்று வாழ்த்தினேன். ஏனெனில் 'பாஸ்கரக் கவிராய'ரிடம் பேசிக் கொண்டிருப்பதில் எனக்கு மிக்க பிரியம் உண்டு. கவிதாலோகத்தில் அடிக்கடி சஞ்சரித்துக் கொண்டிருந்தவராதலால் அவருக்குக் 'கவிராயர்' என்ற பட்டப் நண்பர் குழாத்தில் அளிக்கப்பட்டிருந்தது.

"நீங்கள் அதிர்ஷ்டசாலி! மகா யுத்தத்தின் மிக முக்கியமான அரங்கம் ஒன்றில் தாங்கள் யுத்தம் நடந்த காலத்தில் இருந்தீர்கள் அல்லவா? ஜப்பானிய விமானங்கள், வெடிகுண்டுகள், பீரங்கி வேட்டுகள் இவற்றின் சத்தத்தையெல்லாம் உண்மையாகவே கேட்டிருப்பீர்கள் அல்லவா? நாங்கள் அதையெல்லாம் சினிமாவில் பார்த்துக் கேட்பதுடன் திருப்தியடைய வேண்டியிருக்கிறது. உங்கள் அதிர்ஷ்டமே அதிர்ஷ்டம்!" என்றேன் நான்.

"தூரத்துப் பச்சை கண்ணுக்கு அழகு; தூரத்து வெடிச் சத்தம் காதுக்கு இனிமை!" என்றார் நண்பர்.

"அதென்ன அப்படிச் சொல்கிறீர்கள்?" என்று கேட்டேன்.

"இவ்வளவு தூரத்தில் நீங்கள் பத்திரமாயிருந்தபடியால் என்னை அதிர்ஷ்டக்காரன் என்கிறீர்கள். நீங்களும் என்னுடன் இருந்திருந்தால் அதை அதிர்ஷ்டம் என்று சொல்வீர்களா என்பது சந்தேகந்தான்."

"சந்தேகமே இல்லை. நிச்சயமாக அது உங்கள் அதிர்ஷ்டந்தான். அந்த நெருக்கடியான சமயத்தில் ஜப்பானிய சைன்யம் ரங்கூனை நோக்கி வந்து கொண்டிருந்தபோது, பர்மாவில் உங்களுக்கு எத்தனையோ ரசமான அநுபவங்கள் ஏற்பட்டிருக்கும். அவற்றையெல்லாம் உங்களிடம் கேட்க விரும்புகிறேன். ஒரு நாள் சொல்ல வேண்டும்."

"ஒரு நாள் என்ன? இன்றைக்கே வேண்டுமானாலும் சொல்லுகிறேன். ஆனால், பர்மாவில் இருந்த சமயத்தில் எனக்கு அவ்வளவு ரஸமான அனுபவங்கள் ஏற்பட்டன என்று சொல்ல முடியாது. பர்மாவிலிருந்து இந்தியாவுக்குக் கப்பலில் திரும்பி வந்த போதுதான் மிக அதிசயமான சம்பவம் ஒன்று நிகழ்ந்தது. அதைக் கேட்டால் நீங்கள் ரொம்பவும் ஆச்சரியப்பட்டுப் போவீர்கள்," என்றார் பாஸ்கரர்.

"பழம் நழுவிப் பாலில் விழுந்தது போலாயிற்று, கட்டாயம் அந்த அனுபவத்தைச் சொல்ல வேண்டும். அப்படியானால், நீங்கள் கப்பலிலோ திரும்பி வந்தீர்கள்? கப்பலில் உங்களுக்கு இடங்கிடைத்ததே, அதுவே ஓர் அதிர்ஷ்டம்தானே?" என்றேன் நான்.

இந்தச் சமயத்தில் "சுத்தப் பாடாவதிப் படம்!" என்று சொல்லிவிட்டுப் போன மனிதர் திரும்பி வந்து கொண்டிருந்தார். அவருடைய இடத்தில் உட்கார்ந்திருந்த என் சிநேகிதரைக் குத்துச் சண்டைக்காரனைப் போல் உற்றுப் பார்த்தார். நண்பரும் அஞ்சா நெஞ்சங் கொண்ட வீரனைப் போல் அவரைத் திரும்ப உற்றுப் பார்த்தார்.

நெருக்கடியைத் தீர்க்க எண்ணங் கொண்ட நான், "இந்தப் பாடாவதிப் படத்தைப் பார்த்த வரையில் போதும்; வாருங்கள் போகலாம்!" என்று சொல்லி

நண்பரின் கையைப் பிடித்து அழைத்துக் கொண்டு போனேன்.

கடற்கரைக்குப் போய்ச் சேர்ந்தோம். பூரண சந்திரனின் பால் நிலவில் கடற்கரையின் வெண்மணல் பரப்பு வெள்ளி முலாம் பூசி விளங்கியது. கடற்கரைச் சாலையில் வைரச் சுடர் விளக்குகள் வரிசையாக ஜொலித்தன. காசு செலவின்றிக் கடல் காற்று வாங்க வந்த பெரிய மனிதர்களின் மோட்டார் வண்டிகள் ஒவ்வொன்றாகப் புறப்பட்டுக் கொண்டிருந்தன. பௌர்ணமியானாலும் கடல் அலைகள் அன்றைக்கு அடங்கி ஒலித்துத் தம்புராவின் சுருதியைப் போல் இனிய நாதத்தை எழுப்பிக் கொண்டிருந்தன.

"பர்மாவிலிருந்து வருவதற்குத் தங்களுக்குக் கப்பலில் இடம் கிடைத்ததாக்கும்! அது ஓர் அதிர்ஷ்டந்தானே? தரைமார்க்கமாக வந்தவர்கள் பட்ட கஷ்டங்களைக் கேட்டால், அப்பப்பா! பயங்கரம்!" என்றேன்.

"ஆம்; தரை மார்க்கமாகக் கிளம்பி வந்தவர்கள் எத்தனையோ கஷ்டப்பட்டார்கள். பலர் வந்து சேராமல் வழியிலேயே மாண்டு போனார்கள். தரை மார்க்கம் கஷ்டமாயிருக்கும் என்று தெரிந்துதான் நான் கால்நடைப் பிரயாணிகளுடன் கிளம்பவில்லை. கப்பலில் இடம் பெறுவதற்குப் பெரும் பிரயத்தனம் செய்தேன். கடைசியில், தூரத்தில் ஜப்பான் பீரங்கிக் குண்டுகளின் சத்தம் கேட்கத் தொடங்கிய நேரத்தில், இரங்கூன் துறைமுகத்திலிருந்து கிளம்பிய கப்பல் ஒன்றில் எனக்கு இடம் கிடைத்தது. அந்த வரைக்கும் நான் அதிர்ஷ்டசாலிதான்!" என்றார் நண்பர்.

மேலும் நான் தூண்டிக் கேட்டதின்பேரில் பாஸ்கரக் கவிராயர் அந்தக் கப்பல் பிரயாணக் கதையை விவரமாகக் கூறத் தொடங்கினார்:

1

இரங்கூனியிலிருந்து புறப்பட்ட கப்பலில் இடம் கிடைத்த வரையில் நான் பாக்கியசாலிதான் சந்தேகம் இல்லை. ஆனால், அந்தக் கப்பலில் பிரயானம் செய்ய நேர்ந்ததை ஒரு பாக்கியம் என்று சொல்ல முடியாது. நரகம் என்பதாக ஒன்று இருந்தால் அது கிட்டத்தட்ட அந்தக் கப்பலைப் போலத்தான் இருக்க வேண்டும். அது ஒரு பழைய கப்பல். சாமான் ஏற்றும் கப்பல். அந்தக் கப்பலில் இந்தத் தடவை நிறையச் சாமான்களை ஏற்றியிருந்ததோடு 'ஐயா! போகட்டும்!' என்று சுமார் ஆயிரம் ஜனங்களையும் ஏற்றிக் கொண்டிருந்தார்கள். பாரம் தாங்க மாட்டாமல் அந்தக் கப்பல் திணறியது. கப்பல் நகர்ந்த போது பழைய பலகைகளும் கீல்களும் வலி பொறுக்கமாட்டாமல் அழுந்தின. அதன் மீது பலமான காற்று அடித்தபோது ஆயிரங்கட்டை வண்டிகள் நகரும் போது உண்டாகும் சத்தம் எழுந்தது. அந்தக் கப்பலில் குடிகொண்டிருந்த அசுத்தத்தையும் துர்நாற்றத்தையும் சொல்ல முடியாது. இப்போது நினைத்தாலும் குடலைப் பிடுங்கிக்கொண்டு வருகிறது. ஆயிரம் ஜனங்கள், பலநாள் குளிக்காதவர்கள், உடம்பு வியர்வையின் நாற்றமும், தலை மயிர் சிக்குப் பிடித்த நாற்றமும், குழந்தைகள் அசுத்தம் செய்த நாற்றமும், பழைய ரொட்டிகள், ஊசிப்போன தின்பண்டங்களின் நாற்றமும் "கடவுளே! எதற்காக மூக்கைப் படைத்தாய்!" என்று கதறும்படி செய்தன.

கப்பலில் ஏறியிருந்த ஜனங்களின் பீதி நிறைந்த கூச்சலையும் ஸ்திரீகளின் சோகப் புலம்பலையும் குழந்தைகளின் காரணமில்லாத ஓலத்தையும் இப்போது நினைத்தாலும் உடம்பு நடுங்குகிறது. ஒவ்வொரு சமயம், 'இந்த மாதிரி ஜனங்கள் உயிர் பிழைத்து இந்தியா போய்ச் சேருவதிலே யாருக்கு என்ன நன்மை? இந்தக்

கப்பல் கடலில் முழுகிப் போய் விட்டால் கூட நல்லது தான்!' என்ற படுபாதகமான எண்ணம் கூட என் மனத்தில் தோன்றியது. உலகமெங்கும் பரவியிருந்த ராட்சத யுத்தத்தின் விஷக்காற்று இப்படி எல்லாம் அப்போது மனிதர்களின் உள்ளத்தில் கிராதக எண்ணங்களை உண்டு பண்ணியிருந்தது.

இவ்விதம் அந்த அழகான கப்பலில் ஒரு நாள் பிரயாணம் முடிந்தது. மறுநாள் பிற்பகலில் கம்பி இல்லாத தந்தி மூலம் பயங்கரமான செய்தி ஒன்று வந்தது. ஒரு ஜப்பானிய 'குரூஸர்' அந்தப் பக்கமாக வந்து கொண்டிருக்கிறது என்பது தான் அந்தச் செய்தி. கப்பலின் காப்டனுக்கு இப்படி ஒரு செய்தி வந்திருக்கிறது என்பது எப்படியோ அந்தக் கப்பலிலிருந்த அவ்வளவு பேருக்கும் சிறிது நேரத்துக்கெல்லாம் தெரிந்து போய் விட்டது. கப்பல் நாயகனுக்கு வந்த செய்தி ஒரே 'குரூஸர்' கப்பலைப் பற்றியதுதான். கப்பல் பிரயாணிகளுக்குள் அந்தச் செய்தி பரவிய போது ஒரு 'குரூஸர்' ஒரு பெரிய ஜப்பானியக் கப்பற்படை ஆகிவிட்டது! ஸப்மரின் என்னும் நீர்முழ்கிகளும், டிஸ்ட்ராயர் என்னும் நாசகாரிகளும், டிரெட்நாட் கப்பல்களும் விமானதளக் கப்பல்களுமாகப் பேச்சு வாக்கில் பெருகிக் கொண்டே போயின. ஏற்கெனவே பயப் பிராந்தி கொண்டிருந்த ஜனங்களின் நிலைமையை இப்போது சொல்ல வேண்டியதில்லை. இராவணன் மாண்டு விழுந்த செய்தியைக் கேட்ட இலங்காபுரி வாசிகளைப் போல் அவர்கள் அழுது புலம்பினார்கள்.

இதுகாறும் சென்னைத் துறைமுகத்தை நோக்கிச் சென்ற கப்பல், இப்போது திசையை மாற்றிக் கொண்டு தெற்கு நோக்கிச் சென்றது. ஓர் இரவும் ஒரு பகலும் பிரயாணம் செய்த பிறகு சற்றுத் தூரத்தில் ஒரு தீவு தென்பட்டது. பசுமை போர்த்த குன்றுகளும், பாறைகளும் வானளாவிய சோலைகளும் அந்தத் தீவில் காணப்பட்டன. திருமாலின் விசாலமான மார்பில் அணிந்த மரகதப் பதக்கத்தைப் போல் நீலக் கடலின் மத்தியில் அந்தப் பச்சை வர்ணத் தீவு விளங்கியது; மாலை நேரத்துச் சூரியனின் பசும்பொன் கிரணங்கள் அந்த மரகதத் தீவின் விருட்சங்களின் உச்சியைத் தழுவி விளையாடிய அழகைக் கம்பனையும் காளிதாசனையும் போன்ற மகாகவிகள் தான் வர்ணிக்க வேண்டும். எந்த நிமிஷத்தில் கப்பலின் மீது ஜப்பானியக் குண்டு விழுந்து கூண்டோடு கைலாசமாகக் கடலில் முழுகப் போகிறோமோ என்று பீதி கொண்டிருந்த நிலைமையிலே கூட அந்தத் தீவின் அழகைப் பார்த்த உடனே பிரயாணிகள் 'ஆஹா' காரம் செய்தார்கள்.

கப்பல், தீவை நெருங்கிச் செல்லச் செல்ல பிரயாணிகளுக்கு மறுபடியும் கவலை உண்டாயிற்று; அந்தத் தீவின் மேலே கப்பல் மோதி விடப் போகிறதே என்றுதான். ஆனால், அந்தப் பயம் சடுதியில் நீங்கிற்று. தீவின் ஒரு பக்கத்தில் கடல் நீர் உள்ளே புகுந்து சென்று ஓர் இயற்கை ஹார்பரைச் சிருஷ்டித்திருந்தது. அந்தக் கடல் நீர் ஓடைக்குள்ளே கப்பல் புகுந்து சென்றது. சிறிது நேரத்துக்கெல்லாம் கப்பல் நின்றது. நங்கூரமும் பாய்ச்சியாயிற்று. கப்பல் நின்ற இடத்திலிருந்து பார்த்தால் நாலாபுறமும் பச்சைப் போர்வை போர்த்திய குன்றுகள் சூழ்ந்திருந்தன. வெளியிலே அகண்ட சமுத்திரத்தில் பிரயாணம் செய்யும் கப்பல்களுக்கு அந்த இயற்கை ஹார்பருக்குள்ளே கப்பல் நங்கூரம் பாய்ச்சி நிற்பது தெரிய முடியாது.

கப்பல் நின்று, சிறிது நேரம் ஆனதும் நானும் இன்னும் சிலரும் கப்பல் நாயகரிடம் போனோம். நிலைமை எப்படி என்று விசாரித்தோம். "இனி அபாயம் ஒன்றுமில்லை; கம்பியில்லாத் தந்தியில் மறுபடி செய்தி வரும் வரையில் இங்கேயே நிம்மதியாயிருக்கலாம்" என்றார் காப்டன். பிறகு அந்தத் தீவைப் பற்றி விசாரித்தோம். அதற்குப் பெயர் 'மோகினித் தீவு' என்று காப்டன் கூறி, இன்னும் சில விவரங்களையும் தெரிவித்தார். இலங்கைக்குத் தென்கிழக்கே மூன்று நாள் பிரயான தூரத்தில் அந்தத் தீவு இருக்கிறது. அநேகருக்கு அத்தகைய தீவு ஒன்று இருப்பதே தெரியாது. தெரிந்தவர்களிலும் ஒரு சிலருக்குத் தான் இம்மாதிரி அதற்குள்ளே கடல் புகுந்து சென்று இரகசிய இயற்கை ஹார்பர் ஒன்றைச் சிருஷ்டித்திருக்கிறது என்று தெரியும். அது சின்னஞ் சிறிய தீவுதான். ஒரு கரையிலிருந்து இன்னொரு கரைக்கு மூன்று காத தூரத்துக்கு மேல் இராது. தற்சமயம் அந்தத் தீவில் மனிதர்கள் யாரும் இல்லை. ஒரு காலத்தில் நாகரிகத்தில் சிறந்த மக்கள் அங்கே வாழ்ந்திருக்க வேண்டுமென்பதற்கான சின்னங்கள் பல இருக்கின்றன. அஜந்தா, எல்லோரா, மாமல்லபுரம் முதலிய இடங்களில் உள்ளவை போன்ற பழைய காலத்துச் சிற்பங்களும், பாழடைந்த கோயில்களும் மண்டபங்களும் அத் தீவில் இருக்கின்றன. வளம் நிறைந்த அத்தீவில் மக்களைக் குடியேற்றுவதற்குச் சிற்சில முயற்சிகள் செய்யப்பட்டன. அவை ஒன்றும் பலன் தரவில்லை. சில நாளைக்கு மேல் அந்தத் தீவில் வசிப்பதற்கு எவரும் இஷ்டப்படுவதில்லை. ஏதேதோ கதைகள் பல அத்தீவைப் பற்றிச் சொல்லப்படுகின்றன.

"அதோ தெரிகிறதே அந்தக் குன்றின் மேல் ஏறிப் பார்த்தால் நான் சொன்ன பழைய காலத்துச் சிற்ப அதிசயங்களையெல்லாம் பார்க்கலாம். இதற்கு முன்னால் ஒரே ஒரு தடவை நான் அக்குன்றின் மேல் ஏறிப் பார்த்திருக்கிறேன். ஆனால் தீவுக்குள்ளே போய்ப் பார்த்தது கிடையாது!" என்றார் கப்பல் நாயகர்.

இதைக் கேட்டதும் அந்தக் குன்றின் மேல் ஏறிப் பார்க்க வேண்டும் என்கிற அடக்க முடியாத ஆர்வம் என் மனத்தில் ஏற்பட்டு விட்டது. பழைய காலத்துச் சிற்பம், சித்திரம் இவற்றில் எனக்கு உள்ள சபலம் தான் உமக்குத் தெரியுமே! காப்டன் கூறிய விவரங்களைக் கேட்ட இன்னும் சிலரும் என் மாதிரியே ஆசை கொண்டதாகத் தெரிந்தது. எல்லாருமாகச் சேர்ந்து கப்பல் நாயகரிடம், "இங்கே கப்பல் வெறுமனே தானே நின்று கொண்டிருக்கிறது? படகிலே சென்று அந்தக் குன்றின் மேல் ஏறிப் பார்த்து விட்டு வரலாமே?" என்று வற்புறுத்தினோம். கப்பல் நாயகரும் கடைசியில் எங்கள் விருப்பத்துக்கு இணங்கினார்.

"இப்போதே மாலையாகிவிட்டது. சீக்கிரத்தில் திரும்பி வந்து விட வேண்டும். நான் இல்லாத சமயத்தில் ஏதாவது முக்கியமான செய்தி வரலாம் அல்லவா?" என்று சொல்லிவிட்டுக் கப்பலில் இருந்த படகுகளில் ஒன்றை இறக்கச் சொன்னார். காப்டனும் நானும் இன்னும் நாலைந்து பேரும் படகில் ஏறிக் கொண்டோம். தாம் இல்லாதபோது ஏதேனும் செய்தி வந்தால் தமக்குக் கொடி சமிக்ஞை மூலம் அதைத் தெரியப்படுத்துவது எப்படி என்று தம்முடைய உதவி உத்தியோகஸ்தரிடம் காப்டன் தெரிவித்துவிட்டுப் படகில் ஏறினார்.

அந்த இடத்தில் கொந்தளிப்பு என்பதே இல்லாமல் தண்ணீர்ப் பரப்பு தகடு போல இருந்தது. படகை வெகு சுலபமாகத் தள்ளிக் கொண்டு போய்க் கரையில் இறங்கினோம். கரையோரமாகச் சிறிது தூரம் நடந்து சென்ற பிறகு வசதியான ஓர் இடத்தில் குன்றின் மீது ஏறினோம். குன்றின் உயரம் அதிகம் இல்லை. சுமார் ஐந்நூறு அல்லது அறுநூறு அடிதான் இருக்கலாம். என்றாலும் சரியான பாதை இல்லாதபடியால் ஏறுவதற்குச் சிரமமாகவே இருந்தது. மண்டி வளர்ந்திருந்த செடிகள் கொடிகளுக்குள்ளே புகுந்து அவற்றைக் கையால் ஆங்காங்கே விலக்கி விட்டுக் கொண்டு ஏற வேண்டியிருந்தது. "முன்னே நான் பார்த்ததற்கு இப்போது காடு அதிகமாக மண்டி விட்டது" என்றார் கப்பல் நாயகர். நல்ல வேளையாக அப்படி மண்டியிருந்த செடிகள் முட்செடிகள் அல்ல.

ஆகையால் அரைமணி நேரத்துக்குள் குன்றின் உச்சிக்குப் போய்ச் சேர்ந்தோம்.

சூரியன் மறையும் தருணம். மஞ்சள் வெயிலின் கிரணங்கள் இன்னமும் அந்தப் பச்சைத் தீவின் உச்சிச் சிகரத்தின் மீது விழுந்து அதற்குப் பொன் மகுடம் சூட்டிக் கொண்டிருந்தன.

"அதோ பாருங்கள்!" என்றார் கப்பல் நாயகர்.

அவர் சுட்டிக் காட்டிய திசையை நோக்கினோம். பார்த்த கண்கள் பார்த்தபடியே அசைவின்றி நின்றோம். 'திகைத்தோம்', 'ஸ்தம்பித்தோம்', 'ஆச்சரியக் கடலில் மூழ்கினோம்' என்றெல்லாம் சொன்னாலும், உள்ளபடி சொன்னதாகாது. இந்த உலகத்தை விட்டு வேறோர் அற்புதமான சொப்பனலோகத்துக்குப் போய்விட்டோம் என்று சொன்னால் ஒரு வேளை பொருத்தமாயிருக்கலாம். வரிசை வரிசையாக விஸ்தாரமான மணி மண்டபங்களும், கோயில் கோபுரங்களும், ஸ்தூபங்களும், விமானங்களும் கண்ணுக்கு எட்டிய தூரம் காட்சி அளித்தன. பர்மாவில் உள்ளவை போன்ற புத்த விஹாரங்கள், தமிழகத்தில் உள்ளவை போன்ற விஸ்தாரமான பிராகார மதில்களுடன் கூடிய கோயில்கள், வானளாவிய கோபுரங்கள், தேர்களைப் போலும், ரதங்களைப் போலும் குன்றுகளைக் குடைந்து அமைத்த ஆலயங்கள், ஆயிரங்கால் மண்டபங்கள், ஸ்தூபி வைத்த விமானங்கள், ஸ்தூபியில்லாத மாடங்கள், பாறைகளில் செதுக்கிய அபூர்வமான சிற்பங்கள், நெடிய பெரிய சிலைகள், ஆகா! அவ்வளவையும் பார்ப்பதற்கு ஆண்டவன் இரண்டே கண்களைக் கொடுத்திருப்பது எவ்வளவு பெரிய அநியாயம் என்று தோன்றியது.

அந்தக் காட்சியைப் பார்க்கப் பார்க்க ஒரு பக்கம் சந்தோஷமாயிருந்தது! இன்னொரு பக்கத்தில் காரணந் தெரியாத மனச் சோர்வும், உற்சாகக் குறைவும் ஏற்பட்டன. 'காரணந் தெரியாத' என்று சொன்னேனா? தவறு! தவறு! காரணம் தெளிவாகவே இருந்தது. அந்த அதிசயச் சிற்பங்கள் எல்லாம் மிகமிகப் பழைமையானவை; பல நூறு ஆண்டுகளுக்கு முன்னால் எந்த மகாபுருஷர்களாலோ கட்டப்பட்டவை. நெடுங்காலமாகப் பழுது பார்க்கப் படாமலும் செப்பனிடப்படாமலும் கேட்பாரற்றுக் கிடந்து வருகிறவை; நாலாபுறமும் கடலில் தோய்ந்து வரும், உப்புக் காற்றினால் சிறிது சிறிதாகத் தேய்ந்து மழுங்கிப் போனவை. ஒரு காலத்தில் இந்தத் தீவில் வாழ்ந்த மக்கள் குதூகலமாயும், கோலாகலமாயும் கலைப்பண்பு நிறைந்த வாழ்க்கை நடத்தியிருக்க

வேண்டும். இப்போதோ அத்தீவு ஜனசூனியமாக இருக்கிறது. சிற்பங்களும் சிலைகளும் மாளிகைகளும், மண்டபங்களும், பாழடைந்து கிடக்கின்றன. வௌவால்களும், நரிகளும் எலிகளும் பெருச்சாளிகளும் அந்த மண்டபங்களில் ஒரு வேளை வாசம் செய்யக் கூடும். அந்தத் தீவைப் பார்த்தவுடன் உண்டாகிய குதூகலத்தைக் குறைத்து மனச்சோர்வை உண்டாக்குவதற்கு இந்த எண்ணம் போதாதா?...

சற்று நேரம் நின்ற இடத்தில் நின்று பார்த்த பிறகு எங்களில் ஒருவர், தீவின் உட்புறம் சென்று மேற் கூறிய சிற்ப அதிசயங்களையெல்லாம் அருகிலே போய்ப் பார்த்துவிட்டு வரவேண்டும் என்ற விருப்பத்தைத் தெரிவித்தார். என் மனத்திலும் அத்தகைய ஆசை ஏற்பட்டிருந்தபடியால் அவருடைய யோசனையை நான் ஆமோதித்தேன். ஆனால் கப்பல் நாயகர் அதற்கு இணங்கவில்லை. இருட்டுவதற்குள்ளே கப்பலுக்குப் போய்விடவேண்டும் என்று வற்புறுத்தினார்; "இராத்திரியில் இந்தத் தீவில் தங்குவது உசிதமில்லை. மேலும் நாம் சீக்கிரம் கப்பலுக்குத் திரும்பாவிட்டால் கப்பலில் உள்ள பிரயாணிகள் வீணாகப் பீதி கொள்வார்கள். அதனால் ஏதேனும் விபரீதம் விளைந்தால் யார் ஜவாப்தாரி? கூடாது! வாருங்கள் போகலாம்!"

அவர் கூறியபடியே நடந்து காட்டினார். அவரைப் பின்பற்றி மற்றவர்களும் போனார்கள். நானும் சிறிது தூரம் அவர்களைத் தொடர்ந்து போனேன்; ஆனால், போவதற்கு என் உள்ளம் இணங்கவில்லை. கால்கள் கூடத் தயங்கித் தயங்கி நடந்தன. ஏதோ ஒரு மாய சக்தி என்னைப் போக வொட்டாமல் தடுத்தது. ஏதோ ஒரு மர்மமான குரல் என் அகக்காதில் 'அப்பனே! இந்த மாதிரி சந்தர்ப்பம் உன் ஆயுளில் இனி ஒரு முறை கிடைக்குமா? அந்த மூடர்களைப் பின் தொடர்ந்து நீயும் திரும்பிப் போகிறாயே!' என்று சொல்லிற்று. குன்றின் சரிவில் அவர்கள் இறங்கத் தொடங்கிய பிறகு நான் மட்டும் ஒரு பெரிய மரத்தின் பின்னால் மறைந்து நின்று கொண்டேன்.

அப்படி ஒன்றும் பிரமாதமான விஷயம் இல்லை. அந்தத் தீவின் கரையிலிருந்து கொஞ்ச தூரத்திலே தான் கப்பல் நின்றது. இங்கிருந்து சத்தம் போட்டுக் கூப்பிட்டால் கப்பலில் உள்ளவர்களுக்குக் காது கேட்டுவிடும்.

இராத்திரி எப்படியும் கப்பல் கிளம்பப் போவதில்லை. 'பொழுது விடிந்த பிறகுதான் இனிப் பிரயாணம்' என்று கப்பல்

நாயகர் சொல்லி விட்டார். பின் எதற்காக அந்த நரகத்தில் ஓர் இரவைக் கழிக்க வேண்டும்? அப்பப்பா! - அந்தக் கப்பலில் எழும் துர்நாற்றமும் பிரயாணிகளின் கூச்சலும்! அதையெல்லாம் நினைத்தாலே குடலைக் குமட்டியது. அந்தக் கப்பலுடனே ஒப்பிடும்போது இந்தத் தீவு சொர்க்கத்துக்கு சமானமல்லவா? தீவில் துஷ்ட மிருகங்களே இல்லையென்று கப்பல் நாயகர் நிச்சயமாய்ச் சொல்லியிருக்கிறார். பின் என்ன பயம்? சிறிது நேரத்துக்கெல்லாம் பூரண சந்திரன் உதயமாகி விடும். பால் நிலவில் அந்தத் தீவின் அற்புதங்கள் மேலும் சோபை பெற்று விளங்கும் - இவ்விதமெல்லாம் எண்ணமிட்டுக் கொண்டே, மரத்தின் பின்னால் மறைந்து நின்றேன்.

போனவர்கள் படகில் ஏறினார்கள். கயிற்றை அவிழ்த்து விட்டார்கள். படகு கொஞ்ச தூரம் சென்றது. அப்புறம் யாரோ நான் படகில் இல்லையென்பதைக் கவனித்திருக்க வேண்டும். படகு நின்றது. காப்டனும் மற்றவர்களும் சர்ச்சை செய்யும் சத்தமும் கேட்டது. மறுபடியும் படகு இந்தக் கரையை நோக்கி வந்தது. என் நெஞ்சு திக் திக் என்று அடித்துக் கொண்டது. கரை ஓரமாகப் படகு வந்து நின்றதும் கையைத் தட்டினார்கள். உரத்த குரலில் சத்தம் போட்டுக் கூப்பிட்டார்கள். காப்டன் கைத்துப்பாக்கியை எடுத்து ஒரு தடவை வெடித்துத் தீர்த்தார். மேலும், சிறிது நேரம் காத்துக் கொண்டிருந்தார்கள். நானோ அசையவில்லை. மறுபடியும் படகு நகரத் தொடங்கிக் கப்பலை நோக்கிச் சென்றது. 'அப்பாடா' என்று நான் பெருமூச்சு விட்டேன்.

பிறகு அந்த மரத்தின் மறைவிலிருந்து வெளியில் வந்தேன். அந்தக் குன்றிலேயே மிக உயரமான சிகரம் என்று தோன்றிய இடத்தை நோக்கி நடந்தேன். இதற்குள் சூரியன் அஸ்தமித்து நன்றாக இருட்டி விட்டது. சிகரத்திலிருந்து கீழே பார்த்தேன். கோபுரங்கள், மண்டபங்கள் எல்லாம் இருட்டில் மறைந்திருந்தன. "நல்லது, சந்திரன் உதயமாகி வரட்டும்! என்று எனக்கு நானே சொல்லிக் கொண்டு உட்கார்ந்தேன். அந்தத் தீவின் சரித்திரம் யாதாயிருக்கும் என்று மனத்திற்குள் எனக்கு நானே ஏதேதோ கற்பனை செய்து கொண்டிருந்தேன்.

இத்தனை நேரமும் காற்றே இல்லாமலிருந்தது. தென் திசையிலிருந்து 'குப்' என்று காற்று அடிக்கத் தொடங்கியது. ஒரு தடவை வேகமாக அடித்து மரங்கள் செடிகள் எல்லாவற்றையும் குலுக்கிய பிறகு, காற்றின் வேகம் தணிந்து, இனிய

குளிர்ப்பூந்தென்றலாக வீசத் தொடங்கியது. 'பூந் தென்றல்' என்று சொன்னேனல்லவா? அது உண்மையான வார்த்தை. ஏனெனில் அந்த இனிய காற்றில் மல்லிகை, பாரிஜாதம், பன்னீர், செண்பகம் ஆகிய மலர்களின் சுகந்தம் கலந்து வந்தது. சற்று நேரத்துக்குப் பிறகு பூவின் மணத்தோடு அகில் புகை சாம்பிராணி புகை - சந்தனத்தூள் புகையின் மணம் முதலியவையும் சேர்ந்து வரத் தொடங்கின.

இத்தகைய அதிசயத்தைப் பற்றி நான் எண்ணிக் கொண்டிருக்கையில், மற்றோர் அதிசயம் ஏற்பட்டது. மாலை நேரங்களில் ஆலயங்களில் அடிக்கப்படும் ஆலாட்ச மணியின் சத்தம் வருவது போலக் கேட்டது. மணிச்சத்தம் எங்கிருந்து வருகிறது என்ற வியப்புடன் நாலுபுறமும் நோக்கினேன். ஆகா! அந்தக் காட்சியை என்னவென்று சொல்வேன்? பூரணச் சந்திரன் கீழ் வானத்தில் உதயமாகிச் சற்றுத் தூரம் மேலே வந்து அந்தத் தீவின் கீழ்த்திசையிலிருந்த மரங்களின் உச்சியில் தவழ்ந்து தீவின் பள்ளத்தாக்கில் பால் நிலவைப் பொழிந்தது. அந்த மோகன நிலவொளியில், முன்னே நான் சூரிய வெளிச்சத்தில் பார்த்த கோயில் கோபுரங்கள், புத்த விஹாரங்கள், மணி மண்டபங்கள், ஸ்தூபங்கள், விமானங்கள் எல்லாம் நேற்றுத்தான் நிர்மாணிக்கப்பட்டன போலப் புத்தம் புதியனவாகத் தோன்றியது. பல நூறு வருஷத்துக் கடற்காற்றில் அடிபட்டுச் சிதிலமாகிப் போன பழைய காலத்துச் சிற்பங்களாக அவை தோன்றவில்லை.

அந்த அற்புதக் காட்சியும், ஆலாட்சமணி ஓசையும், மலர்களின் மணத்துடன் கலந்து வந்த அகில் சாம்பிராணி வாசனையும், இவையெல்லாம் உண்மைதானா அல்லது சித்தப் பிரமையா என்று நான் சிந்தித்துக் கொண்டிருக்கையில், இது வரை பார்த்த அதிசயங்களைக் காட்டிலும், பெரிய அதிசயம் ஒன்றைக் கண்டேன். 'ஜன சஞ்சாரமற்ற நிர்மானுஷ்யமான தீவு' என்றல்லவா கப்பல் நாயகர் சொன்னார்? அந்தத் தீவின் உட்பகுதியிலிருந்து - சிற்பங்களும் சிலைகளும் இருந்த பகுதியிலிருந்து இரண்டு பேர் வந்து கொண்டிருந்தார்கள். நான் இருந்த திசையை நோக்கியே அவர்கள் வந்தார்கள். நான் இருப்பதைப் பார்த்துவிட்டுத் தான் வருகிறார்களோ என்று தோன்றியது. சீக்கிரமாகவே குன்றின் அடிவாரத்தை அடைந்து, அதில் நான் இருந்த சிகரத்தை நோக்கி ஏறத் தொடங்கினார்கள். அதைப் பார்த்ததும் எனக்கு முதலில் ஓட்டம் எடுக்கலாமா என்று தோன்றியது. ஆனால், எங்கே ஓடுவது? எதற்காக ஓடுவது? தண்ணீர்க்கரை ஓரம் ஓடிச்சென்று

கூச்சல் போடலாம். கூச்சல் போட்டால் கப்பலில் உள்ளவர்கள் வருவார்களா? என்ன நிச்சயம்?

இதற்குள் கொஞ்சம் தைரியமும் பிறந்து விட்டது. "எதற்காக ஓடவேண்டும்?" என்று தோன்றிவிட்டது. ஓடயத்தனித்திருந்தாலும் பயன் விளைந்திராது. என் கால்கள் ஓடும் சக்தியை இழந்து, நின்ற இடத்திலேயே ஊன்றிப் போய்விட்டன. குன்றின் மேல் ஏறி வருகிறவர்களை உற்றுப் பார்த்துக் கொண்டே இருந்தேன். ஒரு கணமும் என் கண்களை அவர்களிடமிருந்து அகற்ற முடியவில்லை. அவர்கள் யார்? இங்கே எப்போது வந்தார்கள்? எதற்காக வந்தார்கள்? எவ்விதம் வாழ்க்கை நடத்துகிறார்கள்? என்றெல்லாம் தெரிந்து கொள்வதில், அவ்வளவு ஆர்வம் எனக்கு உண்டாகி விட்டது.

சில நிமிஷத்துக்கெல்லாம் அவர்கள் அருகில் நெருங்கி வந்துவிட்டார்கள். இருவரும் கைகோர்த்துக் கொண்டு நடந்து வந்தார்கள். அவர்களில் ஒருவர் ஆடவர். இன்னொருவர் பெண்மணி. இருவரும் நவயௌவனப் பிராயத்தினர்; மன்மதனையும் ரதியையும் ஒத்த அழகுடையவர்கள். அவர்கள் உடுத்தியிருந்த ஆடைகளும், அணிந்திருந்த ஆபரணங்களும் மிக விசித்திரமாயிருந்தன. ஜாவாத் தீவிலிருந்து நடனம் ஆடும் கோஷ்டியார் ஒரு தடவை தமிழ் நாட்டுக்கு வந்திருந்தார்களே, பார்த்ததுண்டா? அம்மாதிரியான ஆடை ஆபரணங்களை அவர்கள் தரித்திருந்தார்கள்.

நான் நின்ற இடத்துக்கு அருகில் மிக நெருக்கமாக அவர்கள் நெருங்கி வந்தார்கள். என் முகத்தை உற்றுப் பார்த்தார்கள். நான் அணிந்திருந்த உடையை உற்றுப் பார்த்தார்கள். என் மனதில் ஆயிரம் கேள்விகள் எழுந்தன; அவர்களைக் கேட்பதற்குத் தான்! ஆனால் ஒரு வார்த்தையாவது என்னுடைய நாவில் வரவில்லை.

முதலில் அந்த யௌவன புருஷன் தான் பேசினான். "வாருங்கள் ஐயா! வணக்கம்!" என்று நல்ல தமிழில் என்னைப் பார்த்துச் சொன்னான். என் உடம்பு புல்லரித்தது.

2

அந்த ஸ்திரீ புருஷர்கள் சதிபதிகளாய்த்தான் இருக்க வேண்டும்; அல்லது கலியாணமாகாத காதலர்களாகவும் இருக்கலாம். அவர்கள் ஒருவரையொருவர் பார்த்துக் கொண்டபோது, அவர்களுடைய கண்களில் கரை காணா காதல் வெள்ளம் பொங்கியது.

அந்த யுவன் பேசிய மொழியிலிருந்து, அவர்கள் தமிழ்நாட்டைச் சேர்ந்தவர்கள் என்றும் ஊகிக்க வேண்டியிருந்தது. ஆனால் அவர்கள் இங்கே எப்போது வந்தார்கள்? நான் வந்த கப்பலில் அவர்கள் வரவில்லையென்பது நிச்சயம். பின்னர், எப்படி வந்திருப்பார்கள்? இம்மாதிரி நாட்டியமாடும் தம்பதிகளைப்போல் அவர்கள் விசித்திரமான ஆடை ஆபரணங்களைத் தரித்திருப்பதன் காரணம் என்ன? ஏதாவது ஒரு நடனகோஷ்டியில் இவர்கள் சேர்ந்தவர்களாயிருந்து, ஒருவரோடொருவர் தகுதியில்லாத காதல் கொண்டு, உலக அபவாதத்துக்கு அஞ்சி இவ்விடம் ஓடி வந்திருப்பார்களோ? இன்னொரு யோசனையும் என் மனத்தில் உதயமாயிற்று. ஒரு வேளை சினிமாப் படம் பிடிக்கும் கோஷ்டியைச் சேர்ந்தவர்கள் யாராவது இந்தப் பழைய பாழடைந்த சிற்பக்காட்சிகளுக்கு மத்தியில் படம் பிடிப்பதற்காக வந்திருப்பார்களா? அப்படியானால் கப்பலோ, படகோ, இத்தீவையொட்டி நிற்க வேண்டுமே? அப்படி யொன்றும் நாம் பார்க்கவில்லையே? இவ்விதம் மனத்திற்குள் பற்பல எண்ணங்கள் மின்னல் வேகத்தில் தோன்றி மறைந்தன.

நான் மௌனம் சாதித்தது அந்த இளைஞனுக்குக் கொஞ்சம் வியப்பளித்திருக்க வேண்டும். இன்னொரு தடவை என்னை உற்றுப் பார்த்து விட்டு, "தங்களுடைய முகத்தைப் பார்த்தால் தமிழர் என்று தோன்றுகிறது. என் ஊகம் உண்மைதானா?" என்றான்.

அதற்கு மேல் நான் பேசாமலிருப்பதற்கு நியாயம் ஒன்றுமில்லை. பேசும் சக்தியையும் இதற்குள்ளே என் நா பெற்றுவிட்டது.

"ஆம் ஐயா! நான் தமிழன் தான். நீங்களும் தமிழ்நாட்டைச் சேர்ந்தவர்கள் என்று காணப்படுகிறது! அப்படித்தானே!" என்றேன்.

"ஆம்; நாங்களும் தமிழ் நாட்டைச் சேர்ந்தவர்களே. ஆனால், நாங்கள் தமிழ் நாட்டைப் பற்றிய செய்தி கேட்டு வெகுகாலம் ஆயிற்று. ஆகையால் தங்களைப் பார்த்ததில் இரட்டிப்பு மகிழ்ச்சி அடைகிறேன்."

"நீங்கள் எப்போது இந்தத் தீவுக்கு வந்தீர்களோ?"

"நாங்கள் வந்து எத்தனையோ காலம் ஆயிற்று. ஒரு யுகம் மாதிரி தோன்றுகிறது. ஒரு நிமிஷம் என்றும் தோன்றுகிறது. தாங்கள் இன்றைக்கு தான் வந்தீர்கள் போலிருக்கிறது. அதோ தெரிகிறதே அந்தக் கப்பலில் வந்தீர்களோ? அடே அப்பா எத்தனை பெரிய கப்பல்?"

"ஆம்! அந்தக் கப்பலிலேதான் வந்தேன். ஆனால், இந்தக் கப்பலை அவ்வளவு பெரிய கப்பல் என்று நான் சொல்லமாட்டேன்..."

"அழகாய்த்தானிருக்கிறது. இது பெரிய கப்பல் இல்லையென்று சொன்னால் எப்படி நம்புவது? எனக்குத் தெரியும்; தமிழர்கள் எப்போதும் தாங்கள் செய்யும் காரியத்தைக் குறைத்துச் சொல்வது வழக்கம்..."

அந்தக் கப்பல் அப்படியொன்றும் தமிழர்கள் சாதித்த காரியம் அல்லவென்றும், யாரோ வெள்ளைக்காரர்கள் செய்து அனுப்பியது என்றும் சொல்ல விரும்பினேன். ஆனால், அந்த யுவன் அதற்கு இடம் கொடுக்கவில்லை.

"இந்தக் கப்பல் எங்கேயிருந்து புறப்பட்டது? எங்கே போகிறது? இதில் யார் யார் இருக்கிறார்கள்? இங்கே எத்தனை காலம் தங்கியிருக்க உத்தேசம்?" என்று மளமளவென்று கேள்விகளைப் பொழிந்தான்.

"பர்மாவிலிருந்து தமிழ் நாட்டுக்குப் போகிற கப்பல் இது. சுமார் ஆயிரம் பேர் இதில் இருக்கிறார்கள். யுத்தம் பர்மாவை நெருங்கி வந்து கொண்டிருக்கிறது அல்லவா? அதனால் பர்மாவிலிருந்த தமிழர்கள் எல்லாரும் திரும்பித் தமிழ்நாட்டுக்குப் போய்க் கொண்டிருக்கிறார்கள்..."

"என்ன? பர்மாவை நெருங்கி யுத்தம் வந்தால், அதற்காகத் தமிழர்கள் பர்மாவிலிருந்து கிளம்புவானேன்? தமிழ் நாட்டின்

கல்கி 21

நிலை அப்படி ஆகிவிட்டதா, என்ன? யுத்தத்தைக் கண்டு தமிழர்கள் பயப்படும் காலம் வந்து விட்டதா?"

அந்த யௌவன புருஷனின் கேள்வி என்னைக் கொஞ்சம் திகைக்க வைத்து விட்டது. என்ன பதில் சொல்வது என்று யோசிப்பதற்குள், இத்தனை நேரமும் மௌனமாயிருந்த அந்த நங்கை குறுக்கிட்டு, வீணாகானத்தையும் விட இனிமையான குரலில், "அப்படியானால் தமிழ் நாட்டவர் புத்திசாலிகளாகி விட்டார்கள் என்று சொல்ல வேண்டும். யுத்தம் என்ற பெயரால் ஒருவரையொருவர் கொன்று மடிவதில் என்ன பெருமை இருக்கிறது? அல்லது அதில் சந்தோஷந்தான் என்ன இருக்க முடியும்?" என்றாள்.

அந்த யுவன், புன்னகை பொங்கிய முகத்தோடும், அன்பு ததும்பிய கண்களோடும் தன் காதலியைப் பார்த்து, "ஓகோ! உன்னுடைய விதண்டாவாதத்தை அதற்குள்ளே தொடங்கி விட்டாயா?" என்றான்.

"சரி, நான் பேசுவது உங்களுக்குப் பிடிக்கவில்லையானால் வாயை மூடிக் கொண்டிருக்கிறேன்" என்று சொன்னாள் அந்தப் பெண்.

"என் கண்மணி! உன் பேச்சு எனக்குப் பிடிக்காமற் போகுமா? உன் பவழ வாயிலிருந்து வரும் அமுத மொழிகளைப் பருகியேயல்லவா நான் இத்தனை காலமும் காலட்சேபம் நடத்தி வருகிறேன்?" என்று அந்த யுவன் கூறிய சொற்கள், உண்மை உள்ளத்திலிருந்து வந்தவை என்பது நன்கு தெரிந்தது. ஆனால், 'இவர்கள் என்ன இப்படி நாடகப் பாத்திரங்கள் பேசுவதைப் போலப் பேசுகிறார்கள்? இவர்கள் யாராயிருக்கும்?' - அதை அறிந்து கொள்ளுவதற்கு என்னுடைய ஆர்வம் வளர்ந்தது.

"நீங்கள் யார், இங்கே எப்போது வந்தீர்கள் என்று, இன்னும் நீங்கள் சொல்லவில்லையே?" என்றேன்.

"அது பெரிய கதை!" என்றான் அந்த இளைஞன்.

"பெரிய கதையாயிருந்தால் இருக்கட்டுமே! எனக்கு வேண்டிய அவகாசம் இருக்கிறது. இனிமேல் நாளைக் காலையிலே தான் கப்பலுக்குப் போக வேண்டும். இராத்திரியில் எனக்குச் சீக்கிரம் தூக்கம் வராது. உங்களுடைய கதையை விவரமாகச் சொல்லுங்கள், கேட்கிறேன். அதைக் காட்டிலும் எனக்குச் சந்தோஷமளிப்பது வேறொன்றுமில்லை."

அந்த நங்கை குறுக்கிட்டு, "அவர் தான் கேட்கிறார். சொல்லுங்களேன்! நமக்கும் ஓர் இரவு பொழுது போனதாகும். இந்த மோகன வெண்ணிலாவை ஏன் வீணாக்க வேண்டும்? எல்லாரும் இந்தப் பாறையில் உட்கார்ந்து கொள்ளலாம். உட்கார்ந்தபடி கதை சொல்லுவதும், கதை கேட்பதும் சௌகரியமல்லவா?" என்றாள்.

"எல்லாம் சௌகரியந்தான். ஆனால், நீ என்னைக் கதை சொல்லும்படி விட்டால் தானே? இடையிடையே நீ குறுக்கிட்டுச் சொல்ல ஆரம்பித்து விடுவாய்..."

"ஒன்றும் குறுக்கிடமாட்டேன். நீங்கள் ஏதாவது ஞாபக மறதியாக விட்டுவிட்டால் மறந்ததை எடுத்துக் கொடுப்பேன். அது கூட ஒரு பிசகா?" என்றாள் அந்தப் பெண்.

"பிசகா? ஒரு நாளும் இல்லை. உன்னுடைய காரியத்தைப் பிசகு என்று சொல்வதற்கு நான் என்ன பிரம்மதேவரிடம் வரம் வாங்கிக் கொண்டு வந்திருக்கிறேனா? நீ எது செய்தாலும் அது தான் சரி. இருந்தாலும், அடிக்கடி குறுக்கிட்டுப் பேசாமல் என் போக்கில் கதை சொல்ல விட்டாயானால் நன்றாயிருக்கும்."

இப்படிச் சொல்லிக் கொண்டே, அந்த யுவன் பாறையில் உட்கார, யுவதியும் அவன் அருகில் உட்கார்ந்து அவனுடைய ஒரு தோளின் மேல் தன்னுடைய கை ஒன்றைப் போட்டுக் கொண்டாள். அந்தச் சிறு செயலில், அவர்களுடைய அன்யோன்ய தாம்பத்ய வாழ்க்கையின் பெருமை முழுதும் நன்கு வெளியாயிற்று.

அவர்களுக்கு அருகிலே நானும் உட்கார்ந்தேன். ஏதோ ஓர் அதிசயமான அபூர்வமான வரலாற்றைக் கேட்கப் போகிறோம் என்ற எண்ணத்தினால் என் உள்ளம் பரபரப்பை அடைந்திருந்தது. கடல் ஓடையில் காத்திருந்த கப்பலையும், அதற்கு வந்த அபாயத்தையும், பர்மா யுத்தத்தையும், அதிலிருந்து தப்பி வந்ததையும் அடியோடு மறந்துவிட்டேன். அழகே உருக்கொண்டே அந்தக் காதலர்களின் கதையைக் கேட்க, அளவிலாத ஆவல் கொண்டேன்.

காற்று முன்னைக் காட்டிலும் கொஞ்சம் வேகத்தை அடைந்து, 'விர்' என்று வீசிற்று. தீவிலிருந்த மரங்களெல்லாம் அசைந்தபடி 'மரமர' சப்தத்தை உண்டாக்கின. இப்போது கடலிலும் கொஞ்சம் ஆரவாரம் அதிகமாயிருந்தது. கடல் அலைகளின் குமுறல் தூரத்தில் எங்கேயோ சிம்மம் கர்ஜனை செய்வது போன்ற ஓசையை எழுப்பியது.

3

அந்தச் சுந்தர யௌவன புருஷன் சொல்லத் தொடங்கினான்:-

"முன்னொரு சமயம் உம்மைப் போலவே சில மனிதர்கள் இங்கே திசை தவறி வந்து விட்ட கப்பலில் வந்திருந்தார்கள். அவர்களிடம் என்னுடைய கதையைத் தொடங்கியபோது, 'எழுநூறு ஆண்டுகளுக்கு முன்னால்' என்று ஆரம்பித்தேன். அவர்கள் எதனாலோ மிரண்டு போய் ஓட்டம் எடுத்தார்கள். அப்படி நீர் ஓடி விடமாட்டீர் என்று நம்புகிறேன். அந்த மனிதர்களைப் போலன்றி நீர் ரசிகத் தன்மையுள்ளவர் என்று நன்றாய்த் தெரிகிறது. என்னுடன் பேசிக் கொண்டிருக்கும் போதே, உம்முடைய கண்கள் என் வாழ்க்கைத் துணைவியின் முகத்தை அடிக்கடி நோக்குவதிலிருந்து உம்முடைய ரசிகத் தன்மையை அறிந்து கொண்டேன்..."

இதைக் கேட்டதும் நான் வெட்கித் தலைகுனிந்தேன். அந்த மனிதனிடம் ஏதோ ஓர் அதிசய சக்தி இருக்க வேண்டும். என் அந்தரங்க எண்ணத்தை அவன் தெரிந்து கொண்டு விட்டான். அவன் நான் ஓடிப் போக மாட்டேன் என்று நம்புவதாகச் சொன்னபோது என் மனதிற்குள் 'நானாவது? ஓடுவதாவது? புது மலரை விட்டு வண்டு ஓடுவதுண்டா? ரதியை நிகர்த்த அந்த அழகியின் முகம் என்னை ஓடிப் போவதற்கு விடுமா?' என்று நான் எண்ணியது உண்மைதான். அந்தச் சமயத்தில் என்னையறியாமல் என் கண்கள் அந்தப் பெண்ணின் முகத்தை நோக்கியிருக்க வேண்டும். அதைக் கவனித்து விட்டான், அந்த இளைஞன். இனி அத்தகைய தவறைச் செய்யக் கூடாது என்று மனதிற்குள் தீர்மானித்துக் கொண்டேன்.

அந்த யுவன் தொடர்ந்து கூறினான்:- “நீர் வெட்கப்படவும் வேண்டாம்; பயப்படவும் வேண்டாம். உம் பேரில் தவறு ஒன்றுமில்லை. இவளை இப்படிப்பட்ட அழகியாகப் படைத்துவிட்ட பிரம்மதேவன் பேரிலேதான் தவறு. இவள் காரணமாக நான் எத்தனை தவறுகள் செய்திருக்கிறேன் என்பதை நினைத்துப் பார்த்தால்... சரி, சரி! அதையெல்லாம் பற்றிச் சொன்னால், இவளுக்குக் கோபம் பொங்கிக் கொண்டு வந்து விடும். கதைக்குத் திரும்பி வருகிறேன். எழுநூறு வருஷத்துக்கு முன்னால் தஞ்சாவூரில் உத்தம சோழர் என்னும் மன்னர் அரசு புரிந்துவந்தார். அப்போது சோழராஜ்யம் அவ்வளவு விசாலமான ராஜ்யமாக இல்லை. ராஜராஜ சோழன் காலத்திலும் ராஜேந்திர சோழன் காலத்திலும் இலங்கை முதல் விந்திய மலை வரையில் பரவியிருந்த சோழ ராஜ்யம், அப்போது குறுகிச் சிறுத்துத் தஞ்சாவூரைச் சுற்றிச் சில காத தூரத்துக்குள் அடங்கிப் போயிருந்தது. ஆனாலும் உத்தம சோழர் தம்முடைய குலத்தின் பழைய பெருமையை மறக்கவேயில்லை. அந்தப் பெருமைக்கு பங்கம் விளைவிக்கக்கூடிய காரியம் எதையும் செய்ய விரும்பவில்லை. உத்தம சோழருக்கு இரண்டு புதல்வர்கள் இருந்தார்கள். அவர்களில் ஒருவன் பெயர் சுகுமாரன்; இன்னொருவன் பெயர் ஆதித்தன். மூத்தவனாகிய சுகுமாரன் பட்டத்து இளவரசனாக விளங்கினான்.

அதே சமயத்தில் மதுரையில் பராக்கிரம பாண்டியர் என்னும் அரசர் ஆட்சி புரிந்தார். ஆனால், அவர் புராதன பாண்டிய வம்சத்தைச் சேர்ந்தவர் அல்லர்; தென் பாண்டிய நாட்டைச் சேர்ந்த பாளையக்காரர். தம்முடைய போர்த்திறமையினால் மதுரையைக் கைப்பற்றி பராக்கிரம பாண்டியர் என்ற பட்டமும் சூட்டிக் கொண்டிருந்தார். அவருக்கு ஆண் சந்ததி கிடையாடு. ஒரே ஓர் அருமைப் புதல்வி இருந்தாள். அவள் பெயர் புவனமோகினி. அந்த ராஜகுமாரியின் அழகு, குணம், அறிவுத் திறன் முதலியவற்றைக் குறித்து, நான் இப்போது அதிகமாக ஒன்றும் சொல்லப் போவதில்லை. சொல்லுவது சாத்தியமும் இல்லை. அப்படிச் சொன்னாலும், இதோ இவள் குறுக்கிட்டுத் தடுத்து விடுவாள்-”

இவ்விதம் கூறிவிட்டு அந்த யுவன் தன் காதலியின் அழகு ஒழுகும் முகத்தைக் கடைக் கண்ணால் பார்த்தான். அவளுடைய செவ்விதழ்கள் குமுத மலரின் இதழ்கள் விரிவன போல் சிறிது விரிந்து, உள்ளேயிருந்த முல்லைப் பல் வரிசை தெரியும்படி செய்தன.

பின்னர் இளைஞன் கதையைத் தொடர்ந்து சொன்னான்:-

"பராக்கிரம பாண்டியர் குமரி முனையிலிருந்து திருச்சிராப்பள்ளி வரையில் வியாபித்திருந்த பெரிய ராஜ்யத்தை ஆண்டார். ஆயினும் அவருடைய மனத்தில் நிம்மதி இல்லை. பழமையான ராஜகுலத்துடன் கலியாண சம்பந்தம் செய்து கொள்ள வேண்டுமென்ற ஆசை அவருக்கு உண்டாயிருந்தது.

ஒரு சமயம் பராக்கிரம பாண்டியர் தஞ்சாவூருக்கு வந்திருந்தார். உத்தமசோழரின் அரண்மனையில் விருந்தாளியாகத் தங்கியிருந்தார். அவருக்குச் சகலவிதமான ராஜோபசாரங்களும் நடந்தன. உத்தமசோழரின் மூத்த புதல்வன் சுகுமாரனை அவர் பார்க்க நேர்ந்தது. அவனிடம் எத்தகைய குணாதிசயங்களை அவர் கண்டாரோ எனக்குத் தெரியாது"

இந்தச் சமயத்தில் அந்த யுவதி குறுக்கிட்டு, "உங்களுக்குத் தெரியாவிட்டால் எனக்குத் தெரியும். நான் சொல்லுகிறேன்!" என்றாள்.

"கண்மணி! கொஞ்சம் பொறுத்துக் கொள். கதையில் நீ சொல்லவேண்டிய இடம் வரும்போது சொல்லலாம்" என்று கூறிவிட்டு மீண்டும் என்னைப் பார்த்துச் சொன்னான்.

"சோழ ராஜகுமாரனிடம் பராக்கிரம் பாண்டியர் என்னத்தைக் கண்டாரோ, தெரியாது. அவனுக்குத் தம் அருமைப் புதல்வி புவனமோகினியைக் கலியாணம் செய்து கொடுத்து விட வேண்டும் என்ற ஆசை அவர் மனத்தில் உதயமாகிவிட்டது. பழைமையான பெரிய குலத்தில் சம்பந்தம் செய்து கொள்ள வேண்டும் என்ற அவருடைய மனோரதம், அதனால் நிறைவேறுவதாயிருந்தது. ஆகவே உத்தம சோழரின் உத்தியான வனத்தில் ஒரு நாள் உல்லாசமாகப் பேசிக் கொண்டிருந்தபோது, பராக்கிரம பாண்டியர் தம்முடைய கருத்தை வெளியிட்டார்.

அந்த நேரத்தில் உத்தம சோழரின் நாவில் சனீசுவரன் குடிபுகுந்திருக்க வேண்டும். அப்பேர்ப்பட்ட நளமகாராஜாவைப் படாத பாடு படுத்தி வைத்த சனீசுவரன் உத்தம சோழரைச் சும்மா விட்டு விடுவானா? அவர் ஏதோ வேடிக்கைப் பேச்சு என்று நினைத்துச் சொல்லத்தகாத ஒரு வார்த்தையைச் சொல்லிவிட்டார். "கரிகால் சோழனும், ராஜராஜ சோழனும் பிறந்து புகழ் வீசிய வம்சத்தில் என் புதல்வன் சுகுமாரன் பிறந்தவன். நீரோ தாயும் தகப்பனும் யார் என்று அறியாதவர். ஏதோ ஒரு குருட்டு

அதிர்ஷ்டத்தினால் மதுரை ராஜ்யத்தைக் கைப்பற்றி ஆள்கிறீர், அப்படியிருக்க, உம்முடைய பெண்ணை என்னுடைய குமாரனுக்கு எப்படி விவாகம் செய்து கொள்ள முடியும்? உம்முடைய குமாரி இந்த அரண்மனைக்கு வர வேண்டும் என்று விரும்பினால், குற்றேவல் செய்யும் பணிப் பெண்ணாகத்தான் வரமுடியும். வேறு மார்க்கம் ஒன்றுமில்லை. உம்முடைய புதல்வியைப் பணிப் பெண்ணாக அனுப்ப உமக்குச் சம்மதமா?" என்றார்.

உத்தம சோழர், சாதாரணமாகப் பிறர் மனம் புண்படும்படி பேசக்கூடியவர் அல்லர்! அவருக்குத் தம் குலத்தைப் பற்றிய வீண் கர்வமும் கிடையாது; போதாத காலம். அப்படி விளையாட்டாகச் சொல்லிவிட்டார். பராக்கிரம பாண்டியர் அதைக் கேட்டுச் சிரித்து விட்டிருந்தால் எல்லாம் சரியாய்ப் போயிருக்கும். ஆனால் பராக்கிரம பாண்டியர் எத்தனையோ அரிய ஆற்றல்கள் படைத்தவராயினும், அவருக்குச் சிரிக்க மட்டும் தெரியாது. உத்தம சோழரின் வார்த்தைகளைக் கேட்டதும், அவருக்கு வந்துவிட்டது, ரௌத்ராகாரமான கோபம், "அப்படியா சொன்னீர்? இனி இந்த அரண்மனையில் ஒரு வினாடியும் தாமதியேன்; ஒரு சொட்டுத் தண்ணீரும் அருந்தேன்!" என்று சொல்லிவிட்டுப் புறப்பட்டார். உத்தம சோழர் எவ்வளவோ சமாதானம் சொல்லியும் கேட்கவில்லை. போனவர், சில நாளைக்குள் பெரும் படையுடன் திரும்பி வந்தார். உத்தம சோழர் இதை எதிர்பார்க்கவேயில்லை. சோழ ராஜ்யத்தில் அப்போது பெரும் சைன்யமும் இல்லை. ஆகையால் பராக்கிரம பாண்டியரின் நோக்கம் எளிதில் நிறைவேறியது. தஞ்சாவூரைக் கைப்பற்றி உத்தம சோழரையும் சிறைப்பிடித்தார். இளவரசர்களைத் தேடித் தேடிப் பார்த்தும் அவர்கள் அகப்படவில்லை. தகப்பனார் சொற்படி அவர்கள் முன்னாலேயே தஞ்சாவூரைவிட்டு வெளிக் கிளம்பிக் கொள்ளிமலைக் காட்டுக்குத் தப்பித்துக் கொண்டு போய்விட்டார்கள். இதற்காகப் பிற்பாடு அவர்கள் எவ்வளவோ வருத்தப்பட்டார்கள். பின்னால் வருத்தப்பட்டு என்ன பயன்? பராக்கிரம பாண்டியர், தம்முடைய கோபத்தையெல்லாம் உத்தம சோழர் மீது பிரயோகித்தார். அவர் செய்த காரியத்தை சொல்லவும் என் நாக்குக் கூசுகிறது"

"அப்படியானால் நீங்கள் சற்றுச் சும்மாயிருங்கள். மேலே நடந்ததை நான் சொல்லுகிறேன்!" என்று ஆரம்பித்தாள் அந்த யுவதி. பிறகு என்னைப் பார்த்துச் சொல்லத் தொடங்கினாள். அவளுடைய செந்தாமரை முகத்தையும் கருவண்டு நிகர்த்த கண்களையும் பார்த்த

போது ஏற்பட்ட மயக்கத்தினால், சில சமயம் அவள் சொல்லிய வார்த்தைகள் என் காதில் ஏறவில்லை. எனினும் ஒருவாறு கதைத் தொடர்ச்சியை விடாமல் கவனித்து வந்தேன். அந்த மங்கை கூறினாள்:-

"பராக்கிரம பாண்டியருக்கு ஏற்கெனவே உத்தம சோழர் மீது கோபம் அதிகமாயிருந்தது. 'உங்களுடைய குமாரியை என் வீட்டுப் பணிப் பெண்ணாக அனுப்புங்கள்' என்று சொன்னால் யாருக்குத் தான் கோபமாயிராது? சோழ இளவரசர்கள் இருவரும் தப்பித்துச் சென்றுவிட்டது பராக்கிரம பாண்டியரின் கோபத்தைக் கொழுந்து விட்டு எரியும்படி செய்தது. பழிக்குப் பழி வாங்க வேண்டும் என்னும் ஆத்திரம் அவர் மனத்தில் பொங்கி எழுந்தது. தம்மை அவமதித்த சோழ மன்னரை அவர் அவமானப்படுத்த விரும்பினார். அவரைச் சிறைப்படுத்தி, மதுரைக்கு அழைத்துக் கொண்டு போனார். மதுரை சேர்ந்ததும், உத்தம சோழரைத் தம்முடைய ரதத்தின் அச்சில் கயிற்றினால் பிணைத்துக் கட்டும்படி செய்தார். தாமும் ரத்தில் உட்கார்ந்து கொண்டு ரதத்தை ஓட்டச் சொன்னார். இந்தப் பயங்கரமான ஊர்வலம் மதுரை மாநகரின் வீதிகளில் சென்றபோது, இரு பக்கமும் நகர மாந்தர் நின்று வேடிக்கை பார்த்தார்கள். சிலர் தங்கள் அரசருடைய வீரத்தை வியந்து பாராட்டி ஜெயகோஷம் செய்தார்கள். ஒரு சிலர், உத்தம சோழனுடைய கர்வபங்கத்தை எண்ணிக் குதூகலப்பட்டார்கள். ஒரு சிலருக்கு அந்தக் காட்சி துக்க வருத்தத்தை அளித்தது. அப்படி வருத்தப்பட்டவர்களில் ஒருத்தி, பாண்டிய மன்னருடைய குமாரி புவனமோகினி. தன்னுடைய தந்தை வெற்றிமாலை சூடித் தஞ்சையிலிருந்து திரும்பி வந்த பிறகு, மதுரை நகரின் வீதிகளில் வலம் வருவதைப் பார்க்க அவள் விரும்பியது இயற்கை தானே?

பாண்டிய மன்னரின் அரண்மனை மேன்மாடத்தில் நின்று, புவனமோகினி ஊர்வலக் காட்சியைப் பார்த்தாள். தன் தந்தை ஏறியிருந்த ரதத்தின் அச்சில், யாரோ ஒரு வயதான பெரிய மனிதரைச் சேர்த்துக் கட்டியிருப்பதும், அவருடைய தேகத்தில் ஒரு பாதி தெருவில் கிடந்து தேய்ந்து கொண்டே வருவதும், அவள் கண்ணுக்குத் தெரிந்தது. அந்தக் காட்சியைப் பார்ப்பதற்கு அவளுக்குச் சகிக்க வில்லை. 'இப்படியும் ஒரு கொடுமை உண்டா?' என்று பயங்கரமும் துயரமும் அடைந்தாள். உணர்ச்சி மிகுதியினால் மூர்ச்சை போட்டு விழுந்து விட்டாள். இதைப் பார்த்திருந்த சேடிகள், உடனே பாண்டியருக்குச் செய்தி அனுப்பினார்கள்.

பாண்டியர் ஊர்வலத்தை நிறுத்தி விட்டு அரண்மனைக்குத் திரும்பினார். புவனமோகினிக்கு மூர்ச்சை தெளிந்ததும், அவள் தந்தையிடம் தன் மனக் கருத்தை வெளியிட்டாள். "ஒரு பெரிய வம்சத்தில் பிறந்த அரசர் போரிலே தோல்வியடைந்தால், அவரை இப்படி ரதத்திலே சேர்த்துக் கட்டித் தெருவிலே இழுத்துக் கொண்டு போவது என்ன நியாயம்? இது அநாகரிகம் அல்லவா? இப்படி நீங்கள் செய்யலாமா?" என்று அவள் கேட்டதற்குப் பாண்டியர், "அவன் எத்தனை பெரிய வம்சத்தில் பிறந்தவனாயிருந்தால் என்ன? என் அருமைக் குமாரியை அவனுடைய அரண்மனையில் குற்றேவல் செய்ய அனுப்பும்படி சொன்னான். அப்படிப்பட்டவனுடைய அகம்பாவத்தை வேறு எந்த விதத்தில் நான் அடக்குவது? உத்தம சோழனுக்கு நீ பரிந்து பேசாதே. வேறு ஏதாவது சொல்லு!" என்றார். புவனமோகினி தந்தைக்கு நல்ல வார்த்தை சொல்லி அவருடைய கோபத்தைத் தணித்தாள். அதன் பேரில் உத்தம சோழரைத் தனிச்சிறையில் அடைக்கும்படியும், அவருக்கு மற்றபடி வேண்டிய சௌகரியங்கள் எல்லாம் செய்து கொடுக்கும் படியும் பராக்கிரம பாண்டியர் கட்டளையிட்டார்...

இவ்விடத்தில் அம்மங்கையின் காதலன் குறுக்கிட்டு, "ஆஹாஹா! பாண்டிய நாட்டின் கருணையே கருணை!" என்றான். பிறகு அவனே கதையைத் தொடர்ந்தான்:-

"உத்தம சோழரின் புதல்வர்கள் இருவரும் பாண்டிய வீரர்களிடமிருந்து தப்பித்துக் கொண்டு கொல்லிமலை போய்ச் சேர்ந்தார்கள். அவர்களுடன் இன்னும் சில சோழ நாட்டு வீரர்களும் வந்து சேர்ந்து கொண்டார்கள். கொல்லிமலை பிரதேசம் இப்போது எப்படி இருக்கிறதோ என்னமோ தெரியாது. அந்தநாளில் கொல்லிமலையும் அதன் அடிவாரமும் மிகச் செழிப்பான வனங்களால் சூழப்பட்டிருந்தன. அந்த வனப் பிரதேசத்தின் அழகைச் சொல்லி முடியாது. இது மோகினித் தீவு என்பது உண்மைதான். ஆனால், கொல்லிமலையின் வனப்புக்கு இது அருகிலேகூட வரமுடியாது. வருஷம் முந்நூற்றறுபத்தைந்து தினங்களும் கனிகள் தரக்கூடிய மாமரங்களும் நாரத்தை மரங்களும் அங்கு ஏராளமாயிருந்தன. அங்கிருந்த பலா மரங்களும் அவ்வளவு ஏராளமான பெரிய பலாப்பழங்களைக் கிளைகளில் சுமந்து கொண்டு, எப்படித்தான் விழாமல் நிற்கின்றன என்னும் வியப்பைப் பார்ப்பவர்களின் மனத்தில் உண்டாக்கும்.

உணவுக் கவலையேயின்றி ஒளிந்து வாழ்வதற்குக் கொல்லிமலையைப் போன்ற இடம் வேறு இல்லை என்றே சொல்லலாம். முற்காலத்தில் கரிகாற் சோழன் ஒளிந்து வாழ வேண்டிய அவசியம் ஏற்பட்ட போது, கொல்லிமலைக்குத் தான் போயிருந்ததாகச் சொல்லுவதுண்டு. இந்த மலையில் அப்போது சில சித்தர்கள் தவம் செய்து கொண்டிருந்தார்கள். கரிகாலன் தன்னைக் காப்பாற்ற வேண்டும் என்று சித்தர்களை வேண்டிக் கொண்டாராம். அவர்களும் ஆகட்டும் என்று ஒப்புக் கொண்டார்களாம். கரிகாலனைத் தேடிக் கொண்டு அவனுடைய விரோதிகளின் ஒற்றர்கள் கொல்லிமலைக்கு வர ஆரம்பித்தார்கள். சித்தர்கள் என்ன செய்தார்கள் தெரியுமா? ஒரு அழகான பெண்ணின் வடிவமாக ஓர் இயந்திரப் பதுமையைச் செய்தார்கள். அந்தப் பதுமைக்குள்ளே ஒரு கூரிய வாளை ஒளித்து வைத்தார்கள். பதுமையைப் பார்ப்பவர்கள் அது உண்மையான பெண் என்றே நினைக்கும்படியிருந்தது. நினைப்பது மட்டுமல்ல; அந்தப் பதுமையின் அழகினால் கவரப்பட்டு, யாரும் அதன் அருகில் செல்ல விரும்புவார்கள். கரிகாலனைத் தேடிக் கொண்டு வந்த ஒற்றர்கள் அந்தப் பதுமையைப் பார்த்ததும் அதன் அழகில் மயங்கி அருகில் வந்து, உயிருள்ள பெண்ணாகவே கருதி அதைத் தீண்டுவார்கள். அவ்வளவுதான், அந்தப் பதுமையின் எந்த அவயத்தில் மனிதனுடைய கை பட்ட போதிலும், உடனே அந்தப் பதுமையில் மறைந்துள்ள இயந்திரம் இயங்கி, அதன் வயிற்றுக்குள்ளேயிருந்து மிக வேகத்துடன் கூரிய வாள் வெளிவந்து, தன்னைத் தீண்டியவனைக் குத்திக் கொன்று விடுமாம்! இதனால் அந்தப் பதுமைக்குக் 'கொல்லியம் பாவை' என்று பெயர் வந்ததாம். அந்தக் கொல்லியம் பாவை அங்கே இருந்த காரணத்தினாலேயே, அந்த மலைக்குக் கொல்லிமலை என்று பெயர் வந்ததாகவும் சொல்வதுண்டு. ஆனால் அதெல்லாம் பழங்காலத்துக் கதை. சோழ நாட்டு இளவரசர்கள் இருவரும் அவர்களுடைய தோழர்களும் கொல்லி மலைக்குப் போனபோது, அங்கே 'கொல்லியம் பாவை' இருக்கவில்லை. ஆனால் அவர்கள் ஒவ்வொருவர் கையிலும் வாளும் வேலும் இருந்தன. சுகுமாரனும் ஆதித்தனும் பராக்கிரம பாண்டியன்மீது பழி வாங்கத் துடித்தார்கள். அவர்களைத் தொடர்ந்து வந்த சோழ நாட்டு வீரர்கள், இளவரசர்களைக் காட்டிலும் அதிக ஆத்திரங் கொண்டிருந்தார்கள். ஆனால், ஐம்பதினாயிரம் போர்வீரர்களும் யானைப்படை குதிரைப் படைகளும் உடைய சாம்ராஜ்யத்தை எதிர்த்து ஓர் இருபது வீரர்கள் என்ன செய்ய முடியும்? ஆகையால் செய்ய வேண்டியது என்ன என்பதைப்

பற்றிப் பல யோசனைகள் செய்தார்கள்; இரகசியமாகப் படை திரட்டிச் சேர்ப்பதற்குக் கொல்லிமலைக் காடு மிகவும் வசதியான இடம். அவர்களிலே சிலர் சந்நியாசிகளைப் போல் வேஷம் தரித்துச் சோழ நாடெங்கும் சுற்றிச் சோழகுலத்திடம் உண்மையான விசுவாசம் கொண்ட வீரர்களைத் திரட்ட வேண்டும். அப்படித் திரட்டியவர்களையெல்லாம் குறிப்பிட்ட அடையாளங்களுடன் கொல்லிமலைப் பிரதேசத்துக்கு அனுப்ப வேண்டும். இன்னும் ஆயுதங்கள், உணவுப் பொருள்கள் முதலியவையுங் கொண்டு வந்து சேர்க்க வேண்டும். இவ்விதம் போதுமான படை சேர்ந்தவுடன் தஞ்சாவூர் மீது படையெடுத்துச் செல்ல வேண்டும் அங்கிருந்து மதுரைக்குப் போக வேண்டியதுதான். பராக்கிரம பாண்டியனைப் பூண்டோ டு அழித்து விட வேண்டியதுதான். இப்படியெல்லாம் அவர்கள் திட்டம் போட்டார்கள்.

ஆனால், எல்லாவற்றிற்கும் முதலிலே செய்ய வேண்டியது ஒன்று இருந்தது. அவர்களில் யாராவது ஒருவர் மாறுவேடம் பூண்டு மதுரைக்குப் போகவேண்டும். பாண்டியனுடைய சிறையிலிருந்து உத்தம சோழரை எப்படியாவது தந்திரத்தினால் விடுதலை செய்து அழைத்து வரவேண்டும். உத்தமசோழர் பத்திரமாய்க் கொல்லிமலைக்கு வந்து சேர்ந்த பிறகுதான், மற்றக் காரியம் எதுவும் செய்ய முடியும். அப்படியின்றி, உத்தம சோழர் பாண்டியனுடைய சிறையில் இருக்கும் போது சோழ இளவரசர்கள் படை திரட்டுவதாகத் தெரிந்தாற் கூட, அந்த மூர்க்கங் கொண்ட பாண்டியன் அவரைக் கொன்றுவிடக் கூடும் அல்லவா?

மதுரைக்கு மாறுவேடம் பூண்டு சென்று, அந்த மகாசாகஸமான செயலை யார் புரிவது என்பது பற்றி அவர்களுக்குள் விவாதம் எழுந்தது. ஒவ்வொரு வீரனும் தான் போவதாக முன் வந்தான். ஆதித்தன் தன் தந்தையை விடுவித்துக் கொண்டு வரும் பொறுப்பு தன்னுடையது என்று சாதித்தான். பட்டத்து இளவரசனாகிய சுகுமாரன் மட்டும் போகக்கூடாது என்று மற்றவர்கள் அனைவரும் ஒரு முகமாகச் சொன்னார்கள். ஆனால், சுகுமாரனுக்கோ வேறு யாரிடத்திலும் அந்தக் கடினமான வேலையை ஒப்படைக்க விருப்பமில்லை. நீண்ட விவாதத்துக்குப் பிறகு, கடைசியில் அவர்கள் ஒரு முடிவுக்கு வந்தார்கள். கொல்லிமலைப் பிரதேசத்தில் மர நெருக்கம் இல்லாத ஓர் இடத்தைக் கண்டு பிடித்து, அங்கே ஒவ்வொருவரும் அவரவருடைய வேலைப் பலம் கொண்ட மட்டும் வீசி எறிய வேண்டியது. யாருடைய வேல் அதிகமான தூரத்தில் போய்

விழுகிறதோ அவன் மதுரைக்குப் போக வேண்டியது. ஒரு வருஷ காலத்துக்குள் அவன் உத்தம சோழரை விடுவித்துக் கொண்டு வந்து சேராவிட்டால், அடுத்தபடியாக நெடுந்தூரம் வேல் எறிந்த வீரன் மதுரைக்குப் போகவேண்டியது. இந்த யோசனையைச் சுகுமாரன் சொன்னதும், வேறு வழியின்றி எல்லாரும் ஒப்புக் கொண்டார்கள். ஒவ்வொருவரும் தன் உடம்பிலுள்ள சக்தி முழுவதையும் பிரயோகித்து, வெகு தூரத்தில் போய் விழும்படியாகத்தான் வேலை வீசி எறிந்தார்கள். ஆனால் சுகுமாரனுடைய வேல் தான் அதிக தூரத்தில் போய் விழுந்தது. அதனால் கடவுளுடைய விருப்பம் அப்படி இருக்கிறதென்று ஒப்புக் கொண்டு, மற்றவர்கள் சுகுமாரனுக்கு விடை கொடுத்து அனுப்பினார்கள். சுகுமாரன் மிக உற்சாகத்துடனே மதுரைக்குப் புறப்பட்டான்.

மதுரைமா நகரின் செல்வச் சிறப்புகளைப் பற்றியும், மீனாக்ஷி அம்மன் கோயிலின் மகிமையைப் பற்றியும், சுகுமாரன் எவ்வளவோ கேள்விப்பட்டிருந்தான். முற்காலத்தில் சங்கப் புலவர்கள் வாழ்ந்ததும், தமிழ் வளர்த்த நகரம் மதுரை என்பதும் அவனுக்குத் தெரிந்துதானிருந்தது. அப்படிப்பட்ட மதுரை நகரைப் பார்க்கவேண்டும் என்ற ஆசை அவன் மனத்தில் வெகு நாட்களாகக் குடி கொண்டிருந்தது. அந்த ஆசை இப்போது நிறைவேறப் போகிறதென்றால், அவன் உற்சாகம் கொள்வதற்குக் கேட்பானேன்? தன்னுடைய சாமர்த்தியத்தினால் தந்தையை விடுவித்துக் கொண்டு வந்து விடலாம் என்ற நம்பிக்கையும் அவனுக்குப் பூரணமாய் இருந்தது. எனினும் பாண்டிய நாட்டுத் தலை நகரில் தன்னுடைய வாழ்க்கையையே அடியோடு மாற்றிவிடப் போகிற அனுபவம் கிட்டப் போகிறது என்பதைச் சுகுமாரன் சிறிதும் எதிர்பார்க்கவில்லை. மதுரை நகரில் ஒரு 'கொல்லியம்பாவை' இருக்கிறது என்றும், அந்த உயிர் பாவையின் முகத்தில் உள்ள இரண்டு கண்களாகிய வாளாயுதங்களும், அருகில் நெருங்கியவர்களின் நெஞ்சைப் பிளந்துவிடக் கூடியவையென்றும், அவன் கனவிலோ கற்பனையிலோ கூட எண்ணவில்லை!..."

4

பூரணச் சந்திரன் உச்சி வானத்தை நெருங்கி வந்து கொண்டிருந்தான். அந்தத் தீவுக்கு 'மோகினித் தீவு' என்று ஏன் பெயர் வந்தது என்பது தமக்குத் தெரியாது என்று கப்பல் காப்டன் சொன்னது எனக்கு நினைவு வந்தது. அதற்குக் காரணம் தேடவா வேண்டும்? நள்ளிரவில் வெள்ளி நிலவில் அந்தத் தீவை ஒரு தடவை பார்த்தவர்களுக்கு 'மோகினித்தீவு' என்னும் பெயர் எவ்வளவு பொருத்தமானது என்று உடனே தெரிந்து போய் விடும்.

சொர்க்க பூமியிலிருந்து, ஏதோ ஒரு காரணத்தினால் ஒரு சிறு பகுதி தனித்துண்டாகப் பிரிந்து வந்து கடலில் விழுந்து அங்கேயே மிதப்பது போல மோகினித்தீவு அச்சமயம் காட்சி அளித்தது. சொர்க்கத்திலிருந்து அந்தத் துண்டு பிரிந்து விழுந்த சமயத்தில் அத்துடன் விழுந்துவிட்ட தேவனும் தேவியுந்தான் இந்தத் தம்பதிகள் போலும்! ஆனால், தேவலோகத்துத் தம்பதிகளாயிருந்தாலும், பூலோகத்துத் தம்பதிகளைப் போலவேதான், இவர்கள் அடிக்கடி விவாதத்திலும் ஈடுபடுகிறார்கள்.

மோகினித் தீவின் அந்தச் சுந்தர புருஷன், "முகத்தில் இரு வாள்களுடன் கூடிய 'கொல்லியம் பாவை'யை, மதுரையில் சுகுமார சோழன் சந்தித்தான்" என்று சொன்னதும், அவன் அருகில் வீற்றிருந்த வனிதாமணி குறுக்கிட்டாள்.

"பெண் குலத்தைப் பற்றி இவ்விதம் அடிக்கடி ஏதாவது நிந்தைமொழி கூறாவிட்டால், புருஷர்களுக்குத் தலை வெடித்துவிடும் போலிருக்கிறது!" என்றாள். பால் நிலவு பட்டு அவளுடைய பால் வடியும் முகம் தந்தத்தினால் செய்த பதுமையின் முகம் போலத்

திகழ்ந்தது. ஆனால், அந்தப் பதுமையின் முகத்தில் ஜீவகளை ததும்பியது. அந்த முகத்திலிருந்த கரிய விழிகளில் சந்திர கிரணங்கள் பட்டு எழுந்த கதிரொளிக் கதிர்கள் வாள்களாகவும் வஜ்ராயுதத்தின் வீச்சுக்களாகவும் ஜொலித்தன.

பாவைமார்களின் வாளையொத்த விழிகளைப் பற்றி அந்த ஆடவன் கூறியது அப்படியொன்றும் தவறில்லையென்று எனக்குத் தோன்றியது.

அவன் தன் காதலியின் வார்த்தைகளைக் கேட்டுப் புன்னகை புரிந்தவண்ணம், அவள் முகத்தை உற்று நோக்கினான். "மன்னிக்க வேண்டும். புவன மோகினியைக் 'கொல்லியம் பாவை' என்று நான் கூறியது குற்றந்தான். அவளுடைய கண்கள் வாள்கள் என்றும், வேல்கள் என்றும் கூறியது அதை விடப் பெரிய குற்றம். 'அமுத கிரணங்களை அள்ளி வீசும் ஜீவச் சுடர் ஒளிகள்' என்று அவளுடைய கண்களைச் சொல்லியிருக்க வேண்டும்!" என்றான்.

புவனமோகினி என்ற பெயரை அவன் சொன்னவுடனே எனக்குக் கதையின் பேரில் நினைவு சென்றது. "என்ன? என்ன? சுகுமார சோழன் மதுரையில் சந்தித்த 'கொல்லியம் பாவை' பாண்டிய குமாரி தானா? பராக்கிரம பாண்டியரின் ஒரே புதல்வியா?" என்று வியப்புடன் கேட்டேன்.

"ஆம், ஐயா! சுகுமார சோழன் மதுரைமாநகருக்குச் சென்றபோது, அவனுடைய விதியும் அவனைப் பின் தொடர்ந்து சென்றது. விதியின் மகிமை மிகப் பெரியது என்று பெரியோர்கள் சொல்வார்கள். விதி வலிமையுடன் கூட ஒரு பெண்ணின் மன உறுதியும் சேர்ந்து விட்டால், அந்த இரண்டு சக்திகளுக்கு முன்னால் யாரால் எதிர்த்து நிற்க முடியும்? சுகுமாரனால் எதிர்த்து நிற்க முடியவில்லை. ஆன மட்டும் அவன் போராடிப் பார்த்தும், கடைசியில் சரணாகதி அடைய நேரிட்டது..."

"நீங்கள் கதை சொல்கிறீர்களா? அல்லது புதிர் போடுகிறீர்களா? பாவம்! இவருக்கு நீங்கள் சொல்வது ஒன்றுமே புரியவில்லை. மதுரையில் நடந்ததை இனிமேல் நான் கொஞ்சம் சொல்லட்டுமா?" என்று கேட்டு விட்டு, அந்த இளமங்கை உடனே சொல்லத் தொடங்கினாள்:-

"மதுரையில் அப்போது தேவேந்திரச் சிற்பி என்பவர் பிரசித்தி பெற்றிருந்தார். அவர் வயது முதிர்ந்தவர். அவருக்கு மனைவி மக்கள் யாரும் இல்லை. அவர் கலியாணமே செய்து கொள்ளவில்லை.

கலைத் தேவியைத் தாம் திருமணம் செய்து கொண்டிருப்பதாகவும், வேறொரு மனைவிக்குத் தமது அகத்தில் இடமில்லையென்றும் சில சமயம் அவர் சொல்லுவது உண்டு. பராக்கிரம பாண்டியருக்குத் தேவேந்திரச் சிற்பியிடம் அபிமானம் இருந்தது. தேவேந்திரச் சிற்பியின் சிற்பக் கூடத்துக்கு அவர் சில சமயம் செல்வதுண்டு. தம்முடன் தம் குமாரி புவனமோகினியையும் அழைத்துப் போவார். குடும்பமும் குழந்தைகளும் இல்லாத தேவேந்திரச் சிற்பிக்கு, ராஜகுமாரியிடம் மிகுந்த வாஞ்சை ஏற்பட்டது. ராஜகுமாரிக்கும் தேவேந்திரச் சிற்பியிடம் அன்பு உண்டாகி வளர்ந்தது. அந்த அன்பு காரணமாகச் சிற்பக் கலையிடத்திலும் அவளுக்குப் பற்று ஏற்பட்டது.

பராக்கிரம பாண்டியர் தம்முடைய ஆட்சிக் காலத்தில் மீனாக்ஷி அம்மன் கோயிலைப் புதுப்பித்துக் கட்ட விரும்பினார். அதற்கு வேண்டிய ஆயத்தங்களைச் செய்யும்படி தேவேந்திரச் சிற்பிக்குச் சொல்லியிருந்தார். தஞ்சை நகரில் ராஜராஜ சோழர் கட்டிய பிரகதீஸ்வர ஆலயத்தைப் பார்த்த பின்னர், மதுரை மீனாக்ஷி அம்மன் கோயிலை அதை விடப் பெரிதாகக் கட்ட வேண்டும் என்ற ஆசை பராக்கிரம பாண்டியருக்கு ஏற்பட்டது. ஆகையால், வேலையைத் துரிதப்படுத்தும்படி கட்டளையிட்டார்.

தேவேந்திரச் சிற்பியின் சிற்பக் கூடத்தில் பல மாணாக்கர்கள் சிற்பக் கலை கற்றுக் கொண்டிருந்தார்கள். வெவ்வேறு தேசங்களிலிருந்து வந்தவர்கள் இருந்தார்கள். பராக்கிரம பாண்டியர் உத்தம சோழரைச் சிறைப்பிடித்து வந்த சில நாளைக்கெல்லாம் தேவேந்திரச் சிற்பியின் சிற்பக் கூடத்துக்கு ஓர் இளைஞன் வந்தான். தேவேந்திரச் சிற்பி இன்னார் என்பதைத் தெரிந்து கொண்டு அவரிடம் வந்து பணிவோடு நின்று ஒரு விண்ணப்பம் செய்து கொண்டான். "ஐயா! நான் சோழ நாட்டைச் சேர்ந்தவன்; சிற்பக் கலையில் பற்றுக் கொண்டு அக்கலையைக் கற்றுக் கொள்ளத் தொடங்கினேன்; ஆனால் சோழ நாட்டில் இப்போது ஆலயத் திருப்பணி எதுவும் நடைபெறவில்லை. ஆகையால் என்னுடைய வித்தையைப் பூர்த்தி செய்து கொள்ள விரும்பி யாத்திரை கிளம்பினேன். போகுமிடமெல்லாம் மதுரை தேவேந்திரச் சிற்பியாரின் புகழைக் கேட்டு என் செவிகள் குளிர்ந்தன. என் மனமும் மகிழ்ந்தது. அத்தகைய பிரசித்தமான ஆசிரியரை நான் குருவாகக் கொண்டு நான் கற்ற சிற்பக் கலையைப் பூர்த்தி செய்து கொள்வதற்காக வந்தேன். கருணை கூர்ந்து என்னைத் தங்கள் சீடனாக அங்கீகரிக்க வேண்டும்!" என்று சொன்னான். அந்த வாலிபனின் அடக்க ஒடுக்கமும் பணிவான

பேச்சும் களைபொருந்திய முகமும் தேவேந்திரச் சிற்பியின் மனத்தைக் கவர்ந்தன. அக்கணமே அவனைத் தம் சீடனாக ஏற்றுக் கொண்டு சிற்பக் கூடத்தில் வேலை செய்யப் பணித்தார். ஆனால், சில நாளைக்குள்ளேயே தமக்குச் சீடனாக வந்திருப்பவன் உண்மையில் தமக்குக் குருவாகியிருக்கத் தக்கவன் என்று தேவேந்திரச் சிற்பி தெரிந்து கொண்டார். தம்மைக் காட்டிலும் அந்த வாலிபனுக்குச் சிற்பவித்தையின் நுட்பங்கள் அதிகமாகத் தெரியும் என்று கண்டு கொண்டார். இவ்விதம் தெரிந்து கொண்டதனால் அவர் அதிருப்தியோ அசூயையோ கொள்ளவில்லை. அளவிலாத மகிழ்ச்சியும் பெருமிதமும் அடைந்தார். இத்தகைய சிற்ப மேதாவி ஒருவன் தமக்குச் சீடனாக கிடைத்திருக்கிறபடியால், மீனாக்ஷி அம்மன் கோயில் திருப்பணியை விரைவாகவும் சிறப்பாகவும் நடத்தி முடிக்கலாம் என்ற நம்பிக்கை தேவேந்திரச் சிற்பிக்கு ஏற்பட்டது.

உத்தம சோழரைத் தேர்க்காலில் கட்டி இழுத்த கோரமான காட்சியைப் பார்த்த நாளிலிருந்து புவனமோகினிக்கு வாழ்க்கையில் உற்சாகமே இல்லாமல் போயிருந்தது. ஆகையினால், அரண்மனைக்குள்ளேயே இருந்து காலங்கழித்து வந்தாள். தன்னுடைய கலியாணப் பேச்சுக் காரணமாக அத்தகைய குரூர சம்பவம் நிகழ்ந்ததை எண்ணி எண்ணி அவள் வருந்தினாள். இது போதாதற்குச் சோழநாட்டு இளவரசர்களைச் சிறைப்பிடித்துக் கொண்டு வருவதற்குத் தன் தந்தை முயன்று வருகிறார் என்னும் செய்தி, அவளுக்கு இன்னும் அதிக மனச் சோர்வை உண்டாகியிருந்தது. இந்த நிலையில் அவள் தன்னுடைய தந்தைக்கு இணையாக மதித்து வந்த தேவேந்திரச் சிற்பியைக் கூட நெடுநாள் வரையில் போய்ப் பார்க்கவில்லை.

இப்படியிருக்கும்போது ஒரு நாள் தேவேந்திரச் சிற்பியிடம் புதிதாகச் சோழ நாட்டிலிருந்து ஒரு மாணாக்கன் வந்து சேர்ந்திருக்கிறான் என்றும், அவன் சிற்பக்கலையில் மேதாவி என்றும் கேள்விப் பட்டதாகப் புவனமோகினியிடம் அவளுடைய தோழி ஒருத்தி சொன்னாள். இதைக் கேட்டதும் புவனமோகினிக்குத் தேவேந்திரச் சிற்பியை வெகு நாளாகத் தான் போய் பார்க்கவில்லை யென்பது நினைவு வந்தது. அதற்குப் பரிகாரமாக, உடனே அவரைப் போய்ப் பார்க்கத் தீர்மானித்தாள். முடிந்தால் அவருடைய புதிய சீடனையும் பார்க்க அவள் விரும்பினாள். சோழ நாட்டிலிருந்து வந்தவனாகையால், ஒரு வேளை இளவரசர்களைப் பற்றி அவன் அறிந்திருக்கலாம் அல்லவா? தன் தந்தையின் படைவீரர்களிடம்

சோழ இளவரசர்கள் சிக்காமல் இருக்கவேண்டுமே என்று அவளுக்கு மிகுந்த கவலை இருந்தது. உத்தம சோழர் அவருடைய அரண்மனைப் பணிப்பெண்ணாகத் தன்னை வரும்படி சொன்னதைப் பற்றி அவளுக்குக் கோபமும் ஆத்திரமும் இல்லாமலில்லை. ஆயினும் அந்த அவமானம் தனக்கு நேர்ந்ததின் பொறுப்பை அவள் தன் தந்தையின் பேரிலே சுமத்தினாள். இவர் எதற்காக வலியப் போய்த் தன்னைச் சோழ குமாரனுக்கு மணம் செய்து கொடுப்பதாகச் சொல்லவேண்டும்? அப்படிச் சொன்னதினால்தானே இந்த அவமானம் தனக்கு நேர்ந்தது? பாண்டிய நாட்டில் பிள்ளையைச் சேர்ந்தவர்கள் பெண்ணைத் தேடிக் கொண்டு போவதுதான் வழக்கம். சாக்ஷாத் பரமசிவனே கைலாயத்திலிருந்து மீனாக்ஷியம்மனைத் தேடிக் கொண்டு மதுரைக்கு வந்து, அம்பிகையை மணந்து கொண்டாரே? அதற்கு மாறாக; பராக்கிரம பாண்டியர் மகளுக்கு வரன் தேடிக் கொண்டு ஏன் தஞ்சாவூருக்குப் போனார்? அப்படி முறை தவறிய காரியத்தைச் செய்து விட்டுப் பிறகு ஆத்திரப்படுவதில் பயன் என்ன? உத்தம சோழரைத் தேர்க்காலில் கட்டி இழுப்பதனாலோ அவருடைய குமாரர்களைச் சிறைப்பிடித்து வந்து சித்திரவதை செய்வதனாலோ அவமானம் நீங்கி விடுமா?

பெண்ணாகப் பிறந்தவர்கள், கலியாணம் செய்து கொண்டுதான் ஆகவேண்டும் என்பது என்ன கட்டாயம்? தமிழ் மூதாட்டியான ஔவையாரைப் போல் ஏன் கன்னியாகவே இருந்து காலம் கழிக்கக் கூடாது. பராக்கிரம பாண்டியருடைய மகளாகப் பிறந்ததினாலே யல்லவா இவ்வளவு துன்பங்களும் தனக்கு நேர்ந்தன? பாண்டியர் மகளாகப் பிறக்காமல், தேவேந்திரச் சிற்பியின் புதல்வியாகத் தான் பிறந்திருக்கக் கூடாதா என்று, புவனமோகினி எண்ணி எண்ணிப் பெருமூச்சு விட்டாள். தன்னுடைய மனோநிலையை அறிந்து தன்னிடம் அனுதாபப்படக்கூடிய ஆத்மா இந்த உலகத்தில் தேவேந்திரச் சிற்பி ஒருவர்தான். அவரை இத்தனை நாளும் பார்க்கப் போகாமலிருந்தது தவறு. இவ்வாறெல்லாம் எண்ணிப் பாண்டிய குமாரி அன்று மத்தியானம் தேவேந்திரச் சிற்பியின் சிற்ப மண்டபத்துக்கு வருவதாக, அவருக்குச் செய்தி சொல்லி அனுப்பினாள்.

நெடு நாளைக்குப் பிறகு புவனமோகினி வரப்போவதை அறிந்து தேவேந்திரச் சிற்பியார் மிகுந்த குதூகலம் அடைந்தார். கொஞ்ச காலமாக ராஜகுமாரி தம்மை மறந்திருந்தது அவருக்கு வியப்பாயும் வருத்தமாயுமிருந்தது. ஒரு வேளை பாண்டிய மன்னர்

அரண்மனையை விட்டு வெளியில் போகவேண்டாம் என்று அவளுக்குக் கட்டளையிட்டிருக்கலாம். பராக்கிரம பாண்டியர் ஏற்கெனவே கோபக்காரர். தஞ்சைக்குப் போய் வந்ததிலிருந்து அவருடைய ஆத்திர சுபாவம் இன்னும் மோசமாயிருந்தது என்பதை மதுரை வாசிகள் தெரிந்து கொண்டிருந்தார்கள். ஆகையால், பாண்டியர் புவனமோகினியை வெளியே புறப்படாமல் தடுத்திருந்தால், அதில் வியப்புறுவதற்கு ஒன்றுமிராது. பராக்கிரம பாண்டியரின் இயல்புக்கு ஒத்ததாகவே இருக்கும்.

இவ்விதம் எண்ணியிருந்த தேவேந்திரச் சிற்பி, அரசிளங்குமரி வரப்போகிறாள் என்னும் செய்தியினால் குதூகலம் அடைந்து, அந்தச் செய்தியை முதல் முதலில் மதிவாணனுக்குத் தெரியப்படுத்தினார். சோழ குமாரன், தன்னுடைய பெயர் மதிவாணன் என்று அவரிடம் சொல்லியிருந்தான். ஆச்சாரிய சிற்பியார் தம்முடைய புதிய மாணாக்கனைப் பார்த்து, "மதிவாணா! சமாசாரம் கேட்டாயா? இன்றைக்குப் பாண்டிய ராஜகுமாரி இங்கே வரப்போகிறாளாம். புவனமோகினிக்கு என்னிடம் மிக்க வாஞ்சை உண்டு. அதைவிடச் சிற்பக் கலையில் பற்று அதிகம். அவளுடைய தந்தையான பராக்கிரம பாண்டியரிடம் எவ்வளவு மரியாதை வைத்திருக்கிறாளோ அவ்வளவு பக்தி என்னிடமும் அவளுக்கு உண்டு... உத்தமமான குணம் படைத்த பெண். அழகோடு அறிவும், அறிவோடு குணமும் படைத்த பெண். அப்படிப் பொருந்தியிருப்பது மிகவும் துர்லபம்!" என்றெல்லாம் வர்ணித்தார். ஆனால், அந்த வர்ணனையெல்லாம் மதிவாணன் காதில் ஏறவே இல்லை. புவனமோகினியை அந்த வாலிபன் பேய் பிசாசு என்று நினைத்தானோ, அல்லது வேறு என்ன நினைத்தானோ தெரியாது, அவள் வருகிறாள் என்ற செய்தி கேட்டதும், அவன் முகத்தில் பயப்பிராந்தியும் அருவருப்பும் திகைப்பும் விழிப்பும் தோன்றின. இதைப் பார்த்துத் தேவேந்திரச் சிற்பியும் திகைத்துப் போனார். "ஏன் அப்பா உனக்கு என்ன வந்து விட்டது, திடீரென்று? ஏதாவது உடம்பு சரியில்லையா?" என்று கேட்டார். மாணாக்கன் குருவின் காலில் சாஷ்டாங்கமாக விழுந்து, "என்னைக் காப்பாற்றியருள வேண்டும்?" என்று பிரார்த்தித்தான். குரு மேலும் தூண்டிக் கேட்டதின் பேரில், தன்னுடைய விசித்திரமான விரதத்தைப் பற்றிச் சொன்னான். "குருநாதா! நான் சிலகாலத்துக்குப் பெண்களின் முகத்தை ஏறிட்டுப் பார்ப்பதில்லையென்றும், அவர்களுடன் பேசுவதில்லையென்றும் விரதம் எடுத்துக் கொண்டிருக்கிறேன். தஞ்சையில் நான் முதலில் சிற்பம் கற்றுக் கொண்ட குருவுக்கு அவ்விதம் வாக்குறுதி கொடுத்திருக்கிறேன்.

அதை மீறி நடந்தால் என்னுடைய சிற்பவித்தையை அடியோடு மறந்து விடுவேன் என்று என் குருநாதர் சொல்லியிருக்கிறார். ஆகையால் தாங்கள் இச்சமயம் என்னைக் காப்பாற்ற வேண்டும். ராஜகுமாரியை நான் பார்க்கவே விரும்பவில்லை. பார்த்த பிறகு, அவள் ஏதாவது கேட்டால் எப்படிப் பதில் சொல்லாதிருக்க முடியும்? இந்தச் சிற்பக் கூடத்தில் ஒதுக்குப்புறமான இடம் ஒன்றை எனக்குக் கொடுத்து விடுங்கள். நான் ஒருவர் கண்ணிலும் படாமல் என் வேலையைச் செய்து கொண்டிருக்கிறேன்!" என்று சீடன் முறையிட்டதைக் கேட்ட தேவேந்திரச் சிற்பியாருக்குச் சிறிது வியப்பாகத் தானிருந்தது. ஆயினும், வேறு வழியின்றி அவனுடைய பிடிவாதமான கோரிக்கைக்கு அவர் இணங்க வேண்டியதாயிற்று.

அன்று மத்தியானம் பாண்டியகுமாரி சிற்பக் கூடத்துக்கு வந்தாள். தேவேந்திரச் சிற்பியிடம் சிறிது நேரம் பேசிக் கொண்டிருந்துவிட்டுச் சோழ நாட்டிலிருந்து வந்திருந்த சீடனைப் பற்றிக் கேட்டாள். அவனைப் பற்றி எவ்வளவோ பெருமையுடன் சொல்ல வேண்டுமென்று தேவேந்திரச் சிற்பி எண்ணியிருந்தார். அதற்கு மாறாக இப்போது தயங்கி, பட்டும் படாமல் ஏதோ கூறினார். ஆனாலும் புவனமோகினி விடவில்லை. அந்தப் புதிய சீடனையும் அவன் செய்திருக்கும் சிற்ப வேலைகளையும் பார்க்கவேண்டும் என்று கோரினாள். "அவனுடைய சிற்பங்களைப் பார்க்கலாம்; ஆனால் அவனைப் பார்க்க முடியாது?" என்றார் தேவேந்திரர். அவனுடைய சிற்பங்களைக் காட்டியபோது தம்முடைய புதிய சீடனையும் பற்றி வானளாவப் புகழ்ந்து பேசாமலிருக்க முடியவில்லை. "இந்த ரதியின் சிலையைப் பார், தாயே! அந்தச் சிலையின் கையில் உள்ள கிளியைப் பார்! என்ன ஜீவகளை! எவ்வளவு தத்ரூபம்! உயிரற்ற கல்லுக்கு இந்தப் பையன் உயிரைக் கொடுத்திருக்கிறானே! இவன் பிரம்மதேவனைக் காட்டிலும் ஒரு படி மேலானவன் அல்லவா? நான் வேண்டுமானால் சொல்லுகிறேன். தஞ்சாவூரில் ராஜராஜேசுவரம் என்னும் பெரிய கோயிலைக் கட்டினானே ஒரு மகா சிற்பி, அவனுடைய சந்ததியில் இவன் தோன்றியவனாயிருக்க வேண்டும். தன் பரம்பரையைப்பற்றி இவன் எதுவும் சொல்ல மறுக்கிறான். ஆனாலும் என்னுடைய ஊகம் சரியென்பதில் எள்ளளவும் சந்தேகமில்லை" என்றார்.

இதையெல்லாம் கேட்ட புவனமோகினிக்குக் கட்டாயம் அந்த வாலிபச் சிற்பியைப் பார்க்க வேண்டும் என்ற ஆசை உண்டாகிவிட்டது. ஆனால், இதற்குத் தேவேந்திரச் சிற்பி இடங்

கொடுக்கவில்லை. புதிய சீடனிடம் அவர் அதற்குள் தன் மகனைப் போலவே அன்பு செலுத்தத் தொடங்கியிருந்தார். அவனைத் தம்முடைய தவறினால் இழந்துவிட அவர் விரும்பவில்லை. "இன்றைக்கு வேண்டாம். அந்தப் பிள்ளைக்கு நான் சொல்லி, அவனுடைய மனம் மாறும்படி செய்கிறேன். பிறகு பார்த்துக் கொள்ளலாம்" என்றார்.

ஏதாவது ஒரு பொருளை அடைவதற்குத் தடை ஏற்பட்டால் அந்த அளவுக்கு அதன் பேரில் ஆசை அதிகமாகிறது. இது மனித இயல்பல்லவா? புதிய இளம் சிற்பியைப் பார்ப்பதில் புவனமோகினியின் ஆர்வமும் அதிகமாயிற்று. மதிவாணனுடைய வீரத்தைப்பற்றி அவளுக்கு நம்பிக்கை உண்டாகவில்லை. 'பெண் முகத்தைப் பார்த்தால் கற்ற வித்தை மறந்து போவதாவது? அவர்களுடைய ஊரில் சோழ தேசத்திலே பெண்களையே அவன் பாராமலிருந்திருக்க முடியுமா? எந்தக் காரணத்தினாலோ வீண் சால்ஜாப்புச் சொல்லுகிறான். பொருத்தமில்லாத காரணத்தைச் சொல்லுகிறான். ஏதோ சூட்சுமம் ஒன்று இருக்க வேண்டும். அதை நான் கண்டுபிடித்தேயாக வேண்டும்' -இவ்விதம் புவனமோகினி தீர்மானித்து, அடிக்கடி சிற்ப மண்டபத்துக்குப் போனாள். புதிய சீடனைப் பார்க்கும் விஷயமாகத் தேவேந்திரச் சிற்பியைக் கேட்டாள். அவர் தம்முடைய பிரயத்தனம் இதுவரையில் பலிதமாகவில்லை என்றார். "மாமா! நீங்கள் அந்தப் பையன் சொல்வதை நம்புகிறீர்களா? அப்படி ஒரு குரு சாபம் இருக்க முடியுமா?" என்று கேட்டாள். "நான் என்னத்தைக் கண்டேன். தாயே! எனக்கென்னமோ, அவனுடைய விரதம் சுத்தப் பைத்தியக்காரத்தனமாகத் தோன்றுகிறது. சாக்ஷாத் மீனாக்ஷி அம்மனைப் போல் இருக்கிறாய். உன்னை அவன் ஒரு தடவை பார்த்தால் கூட அவனுடைய கலை மேம்படும் என்றே எனக்குத் தோன்றுகிறது, ஏன்? அவன் செய்துள்ள ரதியின் சிலை கூட இன்னும் சிறிது மேலாகவே இருந்திருக்கும். ஆனால், யாரோ என்னமோ சொன்னார்கள் என்று அவன் ஒரே குருட்டு நம்பிக்கையில் ஆழ்ந்திருக்கிறான்!" என்றார்.

அதற்கு மேல் பாண்டிய குமாரி புவனமோகினி ஒரு யுக்தி செய்தாள். தேவேந்திரச் சிற்பியின் மனத்தைக் கரைத்து அதற்கு அவரையும் சம்மதிக்கும்படி செய்தாள். அதாவது புவனமோகினி ஆண்வேடம் போட்டுக் கொண்டு வரவேண்டியது. காசியில், வசித்துத் திருப்பணி செய்யும் தேவேந்திரச் சிற்பியின் தமையனுடைய குமாரன் என்று தன்னைச் சொல்லிக் கொள்ள வேண்டியது. அப்போது

மதிவாணன் ஆட்சேபம் ஒன்றும் சொல்ல முடியாதல்லவா? இந்த உபாயம் அவனை ஏமாற்றுகிற காரியமாயிருந்தாலும் அதனால் அவனுக்கு முடிவில் நன்மைதான் உண்டாகும் என்று இருவரும் முடிவு செய்தார்கள்.

அவ்விதமே புவனமோகினி வடதேசத்திலிருந்து வந்த வாலிபனைப்போல் வேடம் தரித்துக் கொண்டு வந்தாள். அவளுடைய உபாயம் பலித்தது. மதிவாணனை அவள் சந்திக்க முடிந்தது. ஆகா! மனித இதயத்தின் மர்மத்தைத் தான் என்னவென்று சொல்வது? மதிவாணனை முதன்முதலில் சந்தித்த அதே வினாடியில் புவனமோகினியின் இதயப் பூட்டுத் தளர்ந்து திறந்து கொண்டது. அது வரையில் அவள் கண்டறியாத உணர்ச்சி வெள்ளம் அவளை ஆட் கொண்டது. அவள் உள்ளக்கடலில் மலை போன்ற அலைகள் எழுந்து விழுந்தன. புயலும் தென்றலும் கலந்து அடித்தன. குதூகலமும் சோர்வும் இன்பமும் வேதனையும் அவள் மீது ஏககாலத்தில் மோதின. தன்னுடைய இருதயத்தில் என்ன நேர்ந்தது, எதனால் நேர்ந்தது, என்பதையெல்லாம் அச்சமயம் அவள் தெளிவாகத் தெரிந்து கொள்ளவில்லை போகப் போகத்தான் தெரிந்து கொண்டாள். தெரிந்து கொண்ட பிறகு ஏன் அந்த வாலிபனைச் சந்தித்தோம். அவனைச் சந்திப்பதற்காக ஏன் இவ்வளவு பிரயாசை எடுத்தோம் என்றெல்லாம் அவள் வருந்தும்படி நேர்ந்தது..."

5

அந்தப் பெண்ணரசி கதையில் இந்தக் கட்டத்துக்கு வந்த போது, ஆடவன் குறுக்கிட்டு, "பெண்களின் விஷயமே இப்படித்தானே? வீண் பிடிவாதம் பிடித்து வேண்டாத காரியத்தைச் செய்து விடுவது? அப்புறம் அதற்காக வருத்தப்படுவது? தாங்கள் வருந்துவது மட்டுமா? மற்றவர்களையும் பொல்லாத கஷ்டங்களுக்கு உள்ளாக்குவது, இது பெண் குலத்தின் தனி உரிமை அல்லவா?" என்றான்.

அவனுடைய காதலி ஏதோ மறுமொழி சொல்ல ஆரம்பித்தாள். அதற்கு இடங்கொடாமல் அந்த மோகன புருஷன் கதையைத் தொடர்ந்து கூறினான்:-

"காசியிலிருந்து வந்த தேவேந்திரச் சிற்பியின் தமையன் மகனைப் பார்த்ததும் மதிவாணனுக்கு அவனைப் பிடித்துப் போய்விட்டது. மதுரை மாநகரத்தில் பல்லாயிர மக்களுக்கு மத்தியில் இருந்த போதிலும், மதிவாணனைத் தனிமை சூழ்ந்திருந்தது. காசியிலிருந்து வந்த கோவிந்தன் என்னும் வாலிபன் அந்தத் தனிமை நோய்க்கு மருந்தாவான் என்று தோன்றியது. கோவிந்தனிடம் அந்தரங்க அபிமானத்துடன் பேசினான்; நட்புரிமை பாராட்டினான். அடிக்கடி வரவேண்டும் என்று வற்புறுத்தினான். கோவிந்தன் சிற்பக் கலையைப் பற்றி நன்கு அறிந்திருந்தான். இலக்கியங்கள் கவிதைகளிலும் பயிற்சி உடையவனாயிருந்தான். ஆகையால், அவனுடன் அளவளாவிப் பேசுவதற்கு மதிவாணனுக்கு மிகவும் விருப்பமாயிருந்தது. கோவிந்தன், "எனக்கு இந்த நகரில் உறவினர் அதிகம் பேர் இருக்கிறார்கள். அவர்களையெல்லாம் பார்க்க வேண்டும். ஆயினும் அடிக்கடி வரப் பார்க்கிறேன்!" என்றான்.

மதிவாணனுடைய விரதத்தைப் பற்றி அறிந்து கொண்ட கோவிந்தன், தனக்கும் ஒரு விரதம் உண்டு என்று சொன்னான். அதற்காக ஆசார நியமங்களைத் தான் கண்டிப்பாக நியமிப்பதாகவும், எவரையுமே தான் தொடுவதும் இல்லை; தன்னைத் தொடுவதற்கு விடுவதும் இல்லையென்றும் சொன்னான். இதைப் பற்றி மதிவாணன் எந்த விதமான சந்தேகமும் கொள்ளவில்லை. கோவிந்தனுடைய ஆசார நியமத்தைத் தான் எதற்காக கெடுக்க முயல வேண்டும் என்று இருந்து விட்டான்.

பாண்டிய குமாரி புருட வேடம் பூண்டு அடிக்கடி சிற்பக் கூடத்துக்கு வந்து போவது பற்றித் தேவேந்திரச் சிற்பியின் மனத்திலே கவலை உண்டாயிற்று. இதிலிருந்து ஏதேனும் விபரீதம் விளையப் போகிறதோ என்று பயப்பட்டார். பயத்தை வெளிப்படையாகச் சொல்லாமலும், இரகசியத்தை வெளியிடாமலும், தமது சீடனிடம், "கோவிந்தன் வரத் தொடங்கியதிலிருந்து உன்னுடைய வேலையின் தரம் குறைந்துவிட்டது" என்றார். அவன் அதை ஆட்சேபித்து, "வேலை அபிவிருத்தி அடைந்திருக்கிறது" என்றான். பாண்டிய குமாரியோ தேவேந்திரச் சிற்பியின் ஆட்சேபங்களைப் பொருட்படுத்தவில்லை. இந்த நிலைமையில் தேவேந்திரச் சிற்பி தவியாய்த் தவித்துக் கொண்டிருந்தார். அதற்குத் தகுந்தாற் போல், அவருடைய கவலையை அதிகமாக்கும் படியான காரியம் ஒன்று நிகழ்ந்தது. மதுரை நகரின் ஒற்றர் தலைவன், ஒவ்வொரு நாளும் தேவேந்திரச் சிற்பியின் சிற்பக் கூடத்துக்கு வரத் தொடங்கினான். "யாரோ புதிதாகச் சோழ நாட்டிலிருந்து ஒரு சீடன் வந்திருக்கிறானாமே?" என்றெல்லாம் விசாரணை செய்யத் தொடங்கினான். தேவேந்திரச் சிற்பியார் மனத்தில் பயந்து கொண்டு வெளிப்படையாகத் தைரியமாய்ப் பேசினார். "இங்கே வந்து தொந்தரவு செய்தால் பாண்டியரிடம் சொல்வேன்" என்று ஒற்றர் தலைவனைப் பயமுறுத்தினார். அதற்கெல்லாம் ஒற்றர் தலைவன் பயப்படவில்லை. மறுபடியும் மறுபடியும் வந்து கொண்டிருந்தான்.

ஒரு நாள், கோவிந்தன் வேடம் பூண்டு வந்த ராஜகுமாரி மதிவாணனிடம் பேசி விட்டு வெளிவந்த போது, ஒற்றர் தலைவன் பார்த்து விட்டான். "நீ யார்? எங்கே வந்தாய்?" என்று கேட்டான். சந்தேகம் கொண்டு தலைப்பாகையை இழுத்து விட்டான். உடனே புவனமோகினி ரௌத்ராகாரம் அடைந்து, ஒற்றர் தலைவனைக் கண்டித்துத் திட்டினாள். அவன் நடுநடுங்கி மன்னிப்புக் கேட்டுக் கொண்டான். பிறகு போய் விட்டான். இதெல்லாம் அரைகுறையாக

உள்ளே தன் வேலைக் கூடத்தில் வேலை செய்து கொண்டிருந்த மதிவாணன் காதில் விழுந்தது! கோவிந்தனுடைய அதிகார தோரணையான பேச்சும் குரலும் அவனுக்கு வியப்பையும் ஓரளவு திகைப்பையும் உண்டாக்கின. கோவிந்தனைப் பற்றி ஏதோ ஒரு மர்மம் இருக்கிறதென்று ஐயம் அவன் மனத்தில் உண்டாயிற்று.

இது நிகழ்ந்த சில நாளைக்கெல்லாம் பராக்கிரம பாண்டியரின் வெற்றியைக் கொண்டாடுவதற்காக ஒரு திருவிழா நடந்தது. அன்றைக்குப் பாண்டியரும் அவருடைய குமாரியும் ரதத்தில் அமர்ந்து ஊர்வலம் போனார்கள். அப்போது மதிவாணன் சிற்பக் கூடத்தின் மேல் மாடத்தில் நின்று ஊர்வலத்தைப் பார்த்துக் கொண்டிருந்தான்.

சோழ ராஜகுமாரனுடைய மனம் அப்போது பெரிதும் கலக்கத்தை அடைந்திருந்தது. அவன் மதுரைக்கு வந்து பல மாதங்கள் ஆகி விட்டன. ஆயினும் வந்த காரியம் நிறைவேறுவதற்கு வழி எதையும் அவன் காணவில்லை. உத்தமசோழரை வைத்திருந்த சிறைக்குக் கட்டுக்காவல் வெகு பலமாயிருந்ததை அவன் தெரிந்து கொண்டிருந்தான். எத்தனை எத்தனையோ யுக்திகளை அவன் உள்ளம் கற்பனை செய்தது. ஆனால், ஒன்றிலும் காரியசித்தி அடையலாம் என்ற நிச்சயம் ஏற்படவில்லை. நாளாக ஆக, பராக்கிரம பாண்டியன் மீது அவனுடைய குரோதம் அதிகமாகி வந்தது. வேறு வழி ஒன்றும் தோன்றாவிட்டால், பழிக்குப் பழியாகப் பராக்கிரம பாண்டியர் மீது வேல் எறிந்து அவரைக் கொன்று விட வேண்டுமென்று எண்ணினான்.

இத்தகைய மனோ நிலையில், அவன் சிற்பக் கூடத்தின் மேன் மாடத்திலிருந்து பாண்டிய மன்னரின் நகர்வலத்தை எதிர் நோக்கிக் கொண்டிருந்தான். பராக்கிரம பாண்டியர் வீற்றிருந்த அலங்கார வெள்ளி ரதம் நெருங்கி வந்து கொண்டிருந்தது. அந்த ரதத்தில் பாண்டியருக்கு பக்கத்தில் ஒரு பெண் உட்கார்ந்திருப்பதை கவனித்தான். பாண்டியரின் பட்டமகிஷி காலமாகி விட்டாள் என்பது அவனுக்குத் தெரியும். ஆகையால் அரசர் பக்கத்தில் உட்கார்ந்து வருவது அவருடைய மகளாய்த்தானிருக்க வேண்டும். தனக்கு நேர்ந்த இன்னல்களுக்கெல்லாம் காரணமான அந்தப் பெண் எப்படித்தான் இருப்பாள் என்று தெரிந்து கொள்ள, அவனை மீறிய ஆவல் உண்டாயிற்று. ஆகையால் நின்ற இடத்திலிருந்து அகலாமல், நெருங்கி வந்த ரதத்தை உற்று நோக்கிக் கொண்டிருந்தான்.

சிற்பக் கூடத்துக்கு நேராக ரதம் வந்ததும், பாண்டிய குமாரி சிற்பக்கூடத்தின் மேல்மாடத்தை நோக்கினாள். தேவேந்திரச்

சிற்பியின் பல சீடர்களுக்கு மத்தியில் நின்ற மதிவாணனுடைய முகத்தை அவளுடைய கண்கள் தேடிப்பிடித்து அங்கேயே ஒரு கண நேரம் நின்றன; அந்தக் கணத்தில் மதிவாணன் தன் மனத்தைச் சில காலமாகக் கலக்கி வந்த இரகசியத்தைக் கண்டு கொண்டான். எவ்வளவு திறமையாக எத்தனை வேடங்கள் வேண்டுமானாலும் போடலாம். ஆனால், கண்கள் உண்மையை வெளியிடாமல் தடுக்க முடியாது. தேவேந்திரச் சிற்பியின் தமையன் மகன் என்று சொல்லிக் கொண்டு வந்து தன்னோடு சிநேகம் பூண்ட வாலிபன், உண்மையில் மாறுவேடம் தரித்த பாண்டிய குமாரி புவனமோகினிதான் என்று தெரிந்துவிட்டது.

இந்த உண்மையைத் தெரிந்து கொண்டதும் சுகுமாரனுடைய உள்ளம் கொந்தளித்தது. பற்பல மாறுபட்ட உணர்ச்சிகள் பொங்கி எழுந்தன. எல்லாவற்றிலும் முதன்மையாக இருந்தது, தன்னை ஏமாற்றியவளைத் தான் ஏமாற்றி விட வேண்டும் என்பதுதான். அப்படி ஏமாற்றுவதன் மூலம் தான் வந்த காரியத்தையும் நிறைவேற்றிக் கொள்ள வேண்டும். இதற்காக ஓர் உபாயத்தைச் சுகுமாரன் தேடிக் கடைசியில் கண்டு பிடித்தான். ஆனால், காரியத்தில் அதை நிறைவேற்ற வேண்டி வந்த போது, அவனுக்கு எவ்வளவோ வருத்தமாயிருந்தது..."

கதை இந்த இடத்துக்கு வந்த போது, அந்த ஆடவனின் முகத்தில் உண்மையான பச்சா தாபத்தின் சாயை படர்ந்தது. அவனுடைய குரல் தழதழத்தது பேச்சு தானாகவே நின்றது. அவன் கதையை விட்ட இடத்தில், அந்தப் பெண்மணி எடுத்துக் கொண்டாள்:-

"பாவம்! அந்த வஞ்சகச் சிற்பியின் கபட எண்ணத்தை அறியாத புவனமோகினி, வழக்கம் போல் மறுநாள் அவனைப் பார்ப்பதற்காக ஆண் வேடத்தில் சென்றாள். அவனைத் தான் ஏமாற்றியதற்காகத் தன்னுடைய வருத்தத்தைத் தெரிவித்துக் கொண்டாள்.

மதிவாணன் வெகு திறமையுடன் நடித்தான். நேற்றோடு தன்னுடைய விரதத்தைக் கைவிட்டு விட்டதாகச் சொன்னான். பாண்டிய குமாரியின் சுண்டு விரல் ஆக்ஞைக்காகத் தன்னுடைய உயிரையே தியாகம் செய்யச் சித்தமாயிருப்பதாகக் கூறினான். இனிமேல் ஆண்வேடம் பூண்டு வர வேண்டிய அவசியமில்லை என்றும், ராஜகுமாரியாகவே தன்னைப் பார்க்க வரலாம் என்றும் தெரிவித்தான். கள்ளங்கபடமற்ற புவனமோகினி, அவனுடைய வஞ்சக வார்த்தைகளையெல்லாம் உண்மையென்று நம்பினாள்.

இந்நாளில், மேற்கே குடகு நாட்டிற்குப் படையெடுத்துச் சென்ற பாண்டிய சேனை பெருந்தோல்வியடைந்து விட்டதாக ஒரு செய்தி வந்தது. பராக்கிரம பாண்டியர், "தோல்வியை வெற்றியாகச் செய்து கொண்டு வருகிறேன்" என்று சொல்லிவிட்டு, உதவிப் படையுடன் புறப்பட்டுப் போனார். போகும்போது, அவர் தம் அருமை மகளிடம் தம்முடைய முத்திரை மோதிரத்தை ஒப்படைத்து, "நான் இல்லாத காலத்தில் இராஜ்யத்தைப் பாதுகாக்க வேண்டிய பொறுப்பு உன்னுடையது" என்று சொல்லிவிட்டுப் போனார். ஆனால், தன்னுடைய உள்ளத்தையே பாதுகாக்க முடியாமல் நாடோடி வாலிபன் ஒருவனுக்குப் பறிகொடுத்துவிட்ட புவன மோகினி இராஜ்யத்தை எப்படிப் பாதுகாப்பாள்? அவள் மனோநிலையை அறிந்த இளஞ்சிற்பி, தன் வஞ்சக வலையைத் தந்திரமாக வீசினான்.

ஒருநாள் புவனமோகினி தேவேந்திரச் சிற்பியின் சிற்ப மண்டபத்துக்குப் போன போது மதிவாணன் சோகமே உருவாக உட்கார்ந்திருப்பதைக் கண்டாள். அவனுக்கு எதிரே ஒரு செப்பு விக்கிரகம் உடைந்து சுக்கு நூறாகக் கிடந்தது. அவனுடைய சோகத்துக்குக் காரணம் என்னவென்று பாண்டியகுமாரி கேட்டாள். நொறுங்கிக் கிடந்த விக்கிரகத்தை இளஞ்சிற்பி காட்டி, "செப்புச் சிலை வார்க்கும் வித்தை இன்னும் எனக்குக் கைவரவில்லை. என் ஆசிரியருக்கும் அது தெரியவில்லை. இந்த உயிர் வாழ்க்கையினால் என்ன பயன்? ஒரு நாள் பிராணனை விட்டு விடப் போகிறேன்" என்றான். பாண்டிய குமாரியின் இளகிய நெஞ்சு மேலும் உருகியது. "அந்த வித்தையைக் கற்றுக் கொள்வதற்கு வழி ஒன்றும் இல்லையா?" என்று கேட்டாள். "ஒரு வழி இருக்கிறது. ஆனால், அது கைகூடுவது துர்லபம்" என்றான் மதிவாணன். மேலும் குடைந்து கேட்டதில், அவன் தன் அந்தரங்கத்தை வெளியிட்டான். "செப்புச் சிலை வார்க்கும் வித்தையை நன்கு அறிந்தவர் ஒரே ஒருவர் இருக்கிறார். அவர் இந்த நகரத்தில் கட்டுக் காவலுடன் கூடிய கடுஞ்சிறையில் இருக்கிறார். உத்தம சோழரை ஒரு நாள் இரவு தனியாகச் சிறையில் பார்க்க முடியுமானால் போதும். அவரிடம் அந்த வித்தையின் இரகசியத்தை அறிந்து கொண்டு விடுவேன். உன்னிடம் உண்மையைச் சொல்லி விடுகிறேன். நான் இந்த நகருக்கு வந்ததே இந்த நோக்கத்துடனே தான். ஏதாவது ஓர் உபாயம் செய்து உத்தம சோழரைச் சிறையில் சந்தித்து அவரிடமுள்ள இரகசியத்தை அறிந்து போகலாம் என்று தான் வந்தேன். ஆனால், கை கூடுவதற்கு ஒரு வழியையும் காணவில்லை. நான் இந்த உலகில் உயிர் வாழ்ந்து என்ன பயன்?" என்றான். இதையெல்லாம் உண்மையென்று நம்பிய

புவனமோகினி, "நீ கவலைப்பட வேண்டாம். உன்னுடைய மனோரதம் ஈடேற நான் ஏற்பாடு செய்கிறேன்," என்றாள். அதை நம்பாதது போல் மதிவாணன் நடித்தான். முடிவில் "அவ்விதம் நீ உதவி செய்தால் என் உயிரையே கொடுத்தவளாவாய். நான் என்றென்றைக்கும் உன் அடிமையாயிருப்பேன்" என்றான்.

மறுநாள் புவனமோகினி மதிவாணனிடம் பாண்டிய மன்னரின் முத்திரை மோதிரத்தைக் கொடுத்தாள். "இன்றிரவு இந்த மோதிரத்தை எடுத்துக் கொண்டு சிறைக்கூடத்துக்குப் போ! இதைக் காட்டினால் திறவாத சிறைக் கதவுகள் எல்லாம் திறந்து கொள்ளும். அசையாத காவலர்கள் எல்லாரும் வணங்கி ஒதுங்கி நிற்பார்கள். உத்தம சோழரைச் சந்தித்து இரகசியத்தை தெரிந்து கொள். நாளைக்கு முத்திரை மோதிரத்தை என்னிடம் பத்திரமாய்த் திருப்பிக் கொடுத்து விடு!" என்றாள்.

மதிவாணன், முத்திரை மோதிரத்தை வாங்கிக் கொண்டு, மறுபடியும் நன்றி கூறினான். பாண்டிய குமாரிக்குத் தான் ஏழேழு ஜன்மங்களிலும் கடமைப்பட்டிருப்பேன் என்று சொன்னான். அவளுக்குத் தன்னுடைய இருதயத்தையே காணிக்கையாகச் சமர்ப்பித்துவிட்டதாகவும், இனி என்றென்றைக்கும் அவள் காலால் இட்ட பணியைத் தன் தலையினால் ஏற்றுச் செய்யப் போவதாகவும் கூறினான். அதையெல்லாம், அந்தப் பேதைப் பெண் புவனமோகினி உண்மையென்றே நம்பினாள்...

கல்கி 47

6

மோகினித் தீவின் சுந்தர புருஷன் கூறினான்: "இளம் சிற்பியைக் குறித்துப் பாண்டிய குமாரி கொண்ட எண்ணத்தில் தவறு ஒன்றுமில்லை. சுகுமாரன் தன் இதயத்தை உண்மையில் அவளுக்குப் பறிகொடுத்து விட்டான். அவளை ஏமாற்ற வேண்டியிருக்கிறதே என்னும் எண்ணம், அவனுக்கு அளவில்லாத வேதனையை அளித்தது. ஆயினும், தந்தையை விடுதலை செய்ய வேண்டிய கடமையை அவன் எல்லாவற்றைக் காட்டிலும் முக்கியமான கடமையாகக் கருதினான். பாண்டிய குமாரியிடம் தான் கொண்ட காதல் பூர்த்தியாக வேண்டுமானால், அதற்கும் உத்தம சோழரை விடுவிப்பது ஒன்றுதான் வழி. இவ்விதம் எண்ணிச் சுகுமாரன் புவனமோகினி தன்னிடம் நம்பிக்கை வைத்துக் கொடுத்த மோதிரத்தைத் தான் வந்த காரியத்துக்குப் பயன்படுத்திக் கொள்ள விரும்பினான். ஆயினும் அதற்கு இன்னும் பல தடங்கல்களும் அபாயங்களும் இருக்கத்தான் இருந்தன. ஒற்றர் தலைவன் தினகரன் அந்தச் சிற்ப மண்டபத்தைச் சுற்றிச் சுற்றி வந்து கொண்டிருந்தது எல்லாவற்றிலும் பெரிய இடையூறு. அதை எப்படி நிவர்த்தி செய்வது என்று அவன் சிந்தித்து, கடைசியில் அந்த இடையூறையும் தன்னுடைய நோக்கத்துக்குப் பயன்படுத்திக் கொள்ள, ஓர் உபாயம் கண்டு பிடித்தான்.

அன்று சூரியன் அஸ்தமித்து இருள் சூழ்ந்ததும், சுகுமாரன் சிற்பக் கூடத்திலிருந்து வெளியேறினான். சற்றுத் தூரத்தில் வேறு எதையோ கவனிப்பவன் போல நின்று கொண்டிருந்த தினகரனை அணுகி "ஐயா! இந்த ஊரில் சிறைக்கூடம் எங்கே இருக்கிறது தெரியுமா?" என்று கேட்டான். தினகரனின் முகத்தில் ஏற்பட்ட மாறுதலையும், அவனுடைய புருவங்கள் மேலேறி

நின்றதையும் கவனித்தும் கவனியாதவன் போல், "என்ன ஐயா! நான் சொல்வது காதில் விழவில்லையா? இந்த ஊரில் சிறைக்கூடம் எங்கே இருக்கிறது? எப்படிப் போக வேண்டும்?" என்றான். அதற்குள் தினகரன் நிதானமடைந்து விட்டான். "இந்த ஊரில் பன்னிரண்டு சிறைக்கூடங்கள் இருக்கின்றன. நீ எதைக் கேட்கிறாய் அப்பா?" என்றான். "உத்தம சோழரை வைத்திருக்கும் சிறையைக் கேட்கிறேன்," என்று சுகுமாரன் சொன்ன போது, மறுபடியும் தினகரனுடைய முகம் ஆச்சரியம் கலந்த உவகையைக் காட்டியது. "உத்தம சோழரை அடைத்திருக்கும் சிறை திருப்பரங்குன்றத்துக்குப் பக்கத்திலே இருக்கிறது. ஆனால், நீ எதற்காகக் கேட்கிறாய்? நீ இந்த ஊரான் இல்லை போலிருக்கிறதே!" என்றான். "ஆமாம்; நான் இந்த ஊர்க்காரன் இல்லை. தஞ்சாவூரிலிருந்து வந்தவன். இன்று ராத்திரி, நான் உத்தமசோழரை அவசியம் பார்த்தாக வேண்டும். ஆனால் அவர் இருக்கும் சிறை எனக்குத் தெரியாது. உனக்கு முக்கியமான வேலை ஒன்றும் இல்லை போலிருக்கிறதே! கொஞ்சம் எனக்கு வழிகாட்ட முடியுமா?" என்றான்.

தினகரன் மேலும் திகைப்புடன், "வழி காட்ட முடியும் அப்பா! அதைப்பற்றிக் கஷ்டம் ஒன்றும் இல்லை; ஆனால் நீ என்ன உளறுகிறாய்? கடும் சிறையில் இருக்கும் உத்தம சோழரை நீ எப்படிப் பார்க்க முடியும்?" என்றான். "அதற்கு என்னிடம் ஒரு மந்திரம் இருக்கிறது. அதைச் சொன்னால் சிறைக் கதவு உடனே திறந்து விடும். உனக்கு நம்பிக்கை இல்லாவிட்டால், நீயும் என்னோடு வந்து பார். எனக்கு வழி காட்டியதாகவும் இருக்கும்," என்றான் சுகுமாரன். ஒற்றர் தலைவன் தன்னுடைய திகைப்பையும் வியப்பையும் வெளிக்காட்டாமல் அடக்கிக் கொண்டு, "நான் வழி காட்டுவது இருக்கட்டும். உத்தம சோழரை நீ எதற்காகப் பார்க்கப் போகிறாய்? அவரிடம் உனக்கு என்ன வேலை? நீ யார்?" என்றான். "நானா? தேவேந்திரச் சிற்பியாரின் மாணாக்கன். செப்புச் சிலை வார்க்கும் வித்தையின் ரகசியத்தைத் தெரிந்து கொள்வதற்காகப் போகிறேன். பாண்டிய குமாரி பெரிய மனது செய்து முத்திரை மோதிரத்தை என் வசம் கொடுத்திருக்கிறாள். நாளைக்கு அதைத் திருப்பிக் கொடுத்து விட வேண்டும் என்று சொல்லியிருக்கிறாள். ஆகையால் இன்று ராத்திரியே உத்தம சோழரை நான் பார்த்தாக வேண்டும். உனக்கு வர இஷ்டமில்லை என்றால், வேறு யாரையாவது அழைத்துக் கொண்டு போகிறேன்" என்றான் சுகுமாரன்.

இதையெல்லாம் பற்றி என்ன நினைக்கிறது என்று தினகரனுக்குத் தெரியவில்லை. இதில் ஏதோ கபட நாடகம் இருக்கிறது என்பது மட்டும் அவன் மனதிற்குத் தெரிந்தது. எப்படியிருந்தாலும் இந்தப் பையனைத் தனியாக விடக்கூடாது; தானும் பின்னோடு போவது நல்லது என்று தீர்மானித்தான். "இல்லை அப்பனே! நானே வருகிறேன். எனக்கு அந்தச் சிறைச்சாலையின் காவலர்கள் சிலரைக் கூடத் தெரியும்!" என்றான். "வந்தனம். இங்கிருந்து நீ சொல்லும் சிறைக்கூடம் எத்தனை தூரம் இருக்கும்?" என்று சோழகுமாரன் கேட்டான்.

"அரைக் காதம் இருக்கும்" என்று தினகரன் கூறியதும், "அவ்வளவு தூரமா? நடந்து போய் வருவது என்றால் வெகு நேரம் ஆகிவிடுமே? நான் இரவில் சீக்கிரமாய்த் தூங்குகிறவன். குதிரை ஒன்று கிடைத்தால், சீக்கிரமாய்ப் போய் வரலாம்," என்றான் சுகுமாரன். "குதிரைக்கு என்ன பிரமாதம்? ஒன்றுக்கு இரண்டாக வாங்கித் தருகிறேன். இரண்டு பேருமே போய்விட்டு வரலாம். எனக்குக் கூட உத்தமசோழரைப் பார்க்க வேண்டும் என்று ஆசையாயிருக்கிறது. ஆமாம், அவர் ராஜ ராஜ சோழரின் நேரான வம்சத்தில் பிறந்தவராமே? அது உண்மைதானா?" என்று தினகரன் கேட்டான். "அதெல்லாம் எனக்குத் தெரியாது ஐயா! உத்தம சோழர் சிற்பக் கலையில் சிறந்த நிபுணர் என்று மட்டும் தெரியும். முக்கியமாக செப்பு நிபுணர் என்று மட்டும் தெரியும். முக்கியமாக செப்பு விக்கிரஹம் வார்க்கும் வித்தை, தற்சமயம் இந்தத் தேசத்திலேயே, அவர் ஒருவருக்குதான் தெரியுமாம். பாண்டிய குமாரி புவனமோகினி சிற்பக் கலையில் ஆசையுள்ளவளாயிருப்பது அதிர்ஷ்டவசந்தான். இல்லாவிட்டால் பாண்டிய மன்னரின் முத்திரை மோதிரம் லேசில் கிடைத்து விடுமா?" என்று சொல்லி, சுகுமாரன் தான் பத்திரமாய் வைத்திருந்த முத்திரை மோதிரத்தை எடுத்து ஒரு தடவை பார்த்துவிட்டு மறுபடியும் அதைப் பத்திரப்படுத்தினான். ஆனால், அந்த ஒரு வினாடி நேரத்தில், அது உண்மையான அரசாங்க முத்திரை மோதிரம் என்பதைத் தினகரன் பார்த்துக் கொண்டான். அதைப் பலவந்தமாக சுகுமாரனிடமிருந்து பிடுங்கிக் கொண்டுவிடலாமா என்று ஒரு கணம் தினகரன் நினைத்தான். ஆனால், அந்த அதிசயமான மர்மத்தை முழுதும் ஆராய்ந்து தெரிந்து கொள்ள வேண்டும் என்னும் ஆசை காரணமாக, அந்த எண்ணத்தை ஒற்றர் தலைவன் கை விட்டான். "சரி வா! போகலாம்!" என்று சொன்னான்.

அரண்மனைக் குதிரை லாயங்களில் ஒன்றுக்குத் தினகரன் இளஞ்சிற்பியை அழைத்துக் கொண்டு போனான். உள்ளே சென்று லாயத் தலைவனிடம் ஏதோ சொல்லிவிட்டு, இரண்டு குதிரைகளைக் கொண்டு வந்தான்.

"அடே அப்பா! நீ யார்?" என்றான் சுகுமாரன். தினகரன் ஒரு கணம் யோசித்து "நான் யார் என்றால், இந்த மதுரையில் வசிக்கும் ஒருவன். எனக்குக் கூடச் சிற்பக் கலையில் ஆசை உண்டு. அதனால் தான் உன்னோடு வருகிறேன்," என்றான். "கட்டாயம் வா! அது மட்டுமல்ல. உத்தம சோழரிடம் நான் எதற்காகப் போகிறேனோ அதை மட்டும் தெரிந்து கொண்டுவிட்டால், அப்புறம் சிற்ப வித்தையில் நான் தெரிந்து கொள்ள வேண்டியது ஒன்றும் இராது. மதுரையில் ஒரு சிற்பக்கூடம் ஏற்படுத்தலாம் என்றிருக்கிறேன். நீ எனக்கு உதவி செய்ய முடியுமா?" என்றான் சுகுமாரன். "ஆகட்டும் முடிந்ததைச் செய்கிறேன்," என்றான் தினகரன். இருவரும் குதிரைகள் மேல் ஏறித் திருப்பரங்குன்றத்துக்கு அருகில் இருந்த பெரிய சிறைச் சாலைக்குச் சென்றார்கள். வழக்கம் போலச் சிறைக் காவலர்கள் அவர்களைத் தடை செய்தார்கள். ஒற்றர் தலைவன் தினகரனைப் பார்த்ததும், அவர்களுக்குக் கொஞ்சம் திகைப்பாயிருந்தது. ஏனெனில், தினகரனுக்குப் பாண்டிய ராஜ்யத்தில் மிக்க செல்வாக்கு உண்டு என்பது அவர்களுக்குத் தெரியும். ஆனாலும் யாராயிருந்தால் என்ன? அவர்களுடைய கடமையைச் செய்தேயாக வேண்டுமல்லவா?

தடுத்த காவலர்களிடம் சுகுமாரன் முத்திரை மோதிரத்தைக் காட்டியதும், மந்திரத்தைக் காட்டிலும் அதிக சக்தி முத்திரை மோதிரத்துக்கு உண்டு என்று தெரிந்தது. புவனமோகினி சொன்னது போலவே, காவலர்கள் தலை வணங்கினார்கள். கதவுகள் தட்சணமே திறந்து கொண்டன. இருவரும் பல வாசல்கள் வழியாக நுழைந்து, பல காவலர்களைத் தாண்டி, உத்தம சோழரை வைத்திருந்த அறைக்குச் சென்றார்கள். உத்தம சோழரைப் பயங்கரமான தோற்றத்துடன் பார்த்ததும், சுகுமாரனுடைய உள்ளத்தில் அமுங்கியிருந்த கோபம், துக்கம் எல்லாம் பொங்கின. ஆயினும், மிகவும் சிரமப்பட்டு அடக்கிக் கொண்டான். அவருடைய அறைக்குள் நுழைவதற்குள் "நீர் கொஞ்ச நேரம் வெளியிலேயே இருக்கலாமா?" என்று தினகரனைக் கேட்டான். "நன்றாயிருக்கிறது; இத்தனை தூரம் அழைத்து வந்துவிட்டு, இப்போது வெளியிலேயே நிற்கச் செய்கிறாயே?" என்றான் தினகரன். அவ்விதம் சொல்லிக் கொண்டே சுகுமாரனுடன் உள்ளே நுழைந்தான். அறைக்குள்

நுழைந்ததும் சுகுமாரன் கதவைச் சாத்திக் கொண்டான். தினகரன் மீது ஒரே பாய்ச்சலாய்ப் பாய்ந்து அவனைப் பிடித்துக் கட்டி விட்டான். வாயிலும் துணி அடைத்து விட்டான். இதையெல்லாம் பார்த்துத் திகைத்திருந்த உத்தம சோழரை, சுகுமாரன் உடனே விடுதலை செய்தான். அதற்கு உதவியாக அவன் கல்லுளியும் சுத்தியும் கொண்டு வந்திருந்தான். உத்தம சோழரின் இடுப்பில் சங்கிலிகட்டி, அதைச் சுவரில் அடித்திருந்த இரும்பு வளையத்தில், இப்போது சுகுமாரன் தினகரனைப் பிடித்துக் கட்டிவிட்டான். அவன் அணிந்திருந்த உடைகளைக் கழற்றித் தந்தையை அணிந்து கொள்ளச் செய்தான். "எல்லா விபரமும் அப்புறம் சொல்கிறேன். இப்போது என்னோடு வாருங்கள். நான் என்ன பேசினாலும் மறுமொழி சொல்ல வேண்டாம்," என்று தந்தையிடம் கூறினான்.

உடனே தந்தையும் மகனும் சிறையை விட்டு வெளிக்கிளம்பினார்கள். நல்ல இருட்டாகையால், காவலர்கள் அவர்களைக் கவனிக்கவில்லை. சுகுமாரனும் தினகரனுடன் பேசுவது போல, "உத்தம சோழருக்கு ரொம்ப வயதாகிவிட்டது, பாவம்! எத்தனை காலம் இன்னும் உயிரோடு இருக்கிறாரோ என்னமோ?" என்று சொல்லிக் கொண்டே நடந்தான். இருவரும் சிறையை விட்டு வெளியேறினார்கள். சுகுமாரனும் தினகரனும் ஏறி வந்த குதிரைகள் ஆயத்தமாயிருந்தன. அவற்றின் மேல் ஏறித் தஞ்சாவூரை நோக்கி குதிரைகளைத் தட்டி விட்டார்கள். வழியில் ஆங்காங்கு அவர்களை நிறுத்தியவர்களுக்கெல்லாம், முத்திரை மோதிரத்தைக் காட்டியதும், தடுத்தவர்கள் திகைப்படைந்து, இரண்டு பேருக்கும் வழி விட்டார்கள். குதிரை மீது வாயு வேக மனோ வேகமாகப் போய்க் கொண்டிருந்த போதிலும், சுகுமாரனுடைய உள்ளம் மட்டும் மதுரையிலேயே இருந்தது. தான் செய்து விட்ட மோசத்தைப் பற்றி புவனமோகினி அறியும் போது, எப்படியெல்லாம் நொந்து கொள்வாளோ, அதனால் அவளுக்கு என்ன துன்பம் விளையுமோ என்னமோ என்று எண்ணி மிகவும் வருத்தப் பட்டான்..."

7

இந்தச் சந்தர்ப்பத்தில், அந்த மோகினித் தீவின் சௌந்தர்யராணி குறுக்கிட்டு கூறலுற்றாள்:- "ஆமாம், ஆமாம்! ஆண்பிள்ளைகள் மிக்க மன இளக்கமுள்ளவர்கள். அதிலும் சுகுமார சோழனைப் பற்றிச் சொல்ல வேண்டியதில்லை. புவனமோகினியை நினைத்து நினைத்து அவன் உருகிக் கொண்டே போனான். அங்கே, பாண்டிய குமாரிக்கு அன்றெல்லாம் கவலையாகவே இருந்தது. யாரோ ஊர் பேர் நிச்சயமாகத் தெரியாதவனிடம், முத்திரை மோதிரத்தைக் கொடுத்து விட்டோமே, அது சரியோ தவறோ, அதனால் என்ன விளையுமோ என்ற கவலை அவள் மனதை அரித்தது. இதைக் காட்டிலும் அதிகக் கவலை அளித்த ஒரு விஷயமும் இருந்தது. ஒற்றர் தலைவன் தினகரன், தேவேந்திரச் சிற்பியின் சிற்பக் கூடத்தைச் சுற்றிக் கொண்டிருந்தான் என்பது புவனமோகினிக்குத் தெரிந்திருந்தது. அதைக் குறித்துத் தந்தையிடம் சொல்லவேண்டும் என்ற எண்ணம் அவளுக்குச் சில சமயம் தோன்றியிருப்பினும், குற்றமுள்ள நெஞ்சு காரணமாக அதற்குத் தைரியம் உண்டாகவில்லை. இப்போது அந்தத் தினகரனால் மதிவாணனுக்கு ஏதாவது அபாயம் உண்டாகலாம் அல்லவா? இந்தக் கவலை காரணமாக அரண்மனைச் சேவகர்களில் தன்னிடம் மிக்க பக்தியுள்ளவன் ஒருவனை அழைத்துத் தேவேந்திரச் சிற்பியின் சிற்பக் கூடத்துக்குப் போய்ப் பார்த்துவிட்டு வரச் சொன்னாள். அப்படிப் போய்ப் பார்த்து விட்டுத் திரும்பி வந்தவன், இளஞ் சிற்பியும் ஒற்றர் தலைவனும் சேர்ந்து குதிரை லாயத்துக்குப் போய், இரண்டு குதிரைகளில் ஏறிக் கொண்டு திருப்பரங்குன்றத்தை நோக்கிப் போனார்கள் என்று தெரிவித்தான். இதனால் புவனமோகினியின் மனக்கலக்கம் மேலும் அதிகமாயிற்று. அரண்மனையில் இருப்புக் கொள்ளவில்லை. தான்

செய்துவிட்ட தவறினால், ஏதோ ஒரு விபத்து நடக்கப் போகிறது என்று, அவளுடைய உள் மனத்தில் வேதனை நிறைந்த ஒரு மௌனக் குரல் அடிக்கடி இடித்துக் கூறிக் கொண்டிருந்தது. தினகரன் ஒற்றர் தலைவன் என்பது இளஞ்சிற்பிக்குத் தெரியாது தானே? அவனை நம்பி மோசம் போகிறானோ என்னமோ? அல்லது, ஒரு வேளை அந்த இளஞ்சிற்பியும் ஒரு வஞ்சகனோ? இருவரும் ஒத்துப் பேசிக் கொண்டு, ஏதாவது தீங்கு இழைக்கப் போகிறார்களோ? உத்தம சோழர் மீது ஏதேனும் புதிய பழியைச் சுமத்தி, அவருடைய உயிருக்கே உலை வைத்து விடுவார்களோ? இப்படிப் பலவாறு எண்ணி வேதனைப் பட்டாள். கடைசியில் அவளால் பொறுக்க முடியாமற் போயிற்று. அரண்மனை ரதத்தை அவசரமாக எடுத்துவரச் செய்து, இரவு இரண்டாம் ஜாமத்தில், திருப்பரங்குன்றத்துச் சிறைக்கூடத்தை நோக்கிச் சென்றாள். முன்னும் பின்னும் அரண்மனைக் காவலர்கள், பாண்டிய குமாரியைத் தொடர்ந்து வந்தார்கள்.

சிறைக்கூடத்து வாசலுக்குப் பாண்டிய குமாரி வந்து சேர்ந்ததும், சிறைக் காவலர்கள் வியப்புடனே வந்து வணங்கி நின்றார்கள். "யாராவது இங்கு வந்தார்களா? சிறைக்குள்ளிருக்கும் சோழ மன்னனைப் பார்க்கவேண்டும் என்று சொன்னார்களா?" என்று அவர்களைக் கேட்டாள். "ஆம், தாயே! இரண்டு பேர் வந்தார்கள். முத்திரை மோதிரத்தைக் காட்டி விட்டு உள்ளே போனார்கள். சோழ மகாராஜாவைப் பார்த்துப் பேசிவிட்டுத் திரும்பியும் போய் விட்டார்கள்! வந்தவர்களில் ஒருவனைப் பார்த்தால், ஒற்றர் தலைவன் தினகரன் மாதிரி இருந்தது!" என்று சிறைக் காவலர்களின் தலைவன் கூறினான்.

இதைக் கேட்டதும், புவனமோகினிக்கு ஓரளவு மன நிம்மதி ஏற்பட்டது. அதே சமயத்தில், சிறையிலே கிடந்து வாடும் உத்தம சோழரைப் பார்க்க வேண்டும் என்ற ஆவல் உண்டாயிற்று. காவலர்கள் முன்னும் பின்னும் தீவர்த்தி பிடித்துக் கொண்டு வர, புவனமோகினி சிறைக்குள் சென்று, உத்தம சோழரை அடைத்திருந்த அறையை அடைந்தாள். அறைக்குள்ளே கருங்கல் மேடையில் சோழ மன்னர் தலைகுனிந்து உட்கார்ந்திருந்த காட்சியைப் பார்த்ததும் புவனமோகினிக்குச் சொல்ல முடியாத ஆச்சரியம் உண்டாயிற்று. ஏனெனில் நிமிர்ந்து பார்த்த முகம் உத்தம சோழரின் முகம் அல்ல; அது பாண்டிய நாட்டு ஒற்றர் தலைவன் தினகரனுடைய முகம்!

பாண்டிய குமாரியும் மற்றவர்களும் வருவதை நிமிர்ந்து பார்த்துத் தெரிந்து கொண்ட ஒற்றர் தலைவன் "மோசம்! மோசம்! என்னை அவிழ்த்து விடுங்கள்! சீக்கிரம் அவிழ்த்து விடுங்கள்! இத்தனை நேரம் அவர்கள் வெகு தூரம் போயிருப்பார்கள்! உடனே அவர்களைத் தொடர்ந்து பிடிக்கக் குதிரை வீரர்களை அனுப்ப வேண்டும்!" என்று கத்தினான். சிறைக் காவலர்கள் ஒன்றும் புரியாமல் திகைத்து நின்றார்கள். புவனமோகினி, இன்னது நடந்திருக்க வேண்டும் என்று ஒருவாறு யூகித்துக் கொண்டாள். தினகரனுடைய நிலைமையையும், அவனுடைய பதட்டத்தையும் கண்டதும், முதலில் அவளுக்குத் தாங்க முடியாத சிரிப்பு வந்தது. "ஆமாம் அம்மணி! இன்றைக்குச் சிரிப்பீர்கள், நாளைக்கு அரசர் திரும்பி வந்தால் அப்போது தெரியும்; எத்தனை பேருடைய தலை உருளப் போகிறதோ?" என்றான்.

இதைக் கேட்ட புவனமோகினிக்கு நெஞ்சில் சிறிது பீதி உண்டாயிற்று. ஆயினும் வெளிப்படையாக வேண்டுமென்றே அதிகமாகச் சிரித்தாள். அன்றைக்கு இந்தத் தினகரன் சிற்பக்கூடத்தில் தன்னுடைய வேஷத்தைக் கலைத்து அவமானப்படுத்தியதற்கு, இது தக்க தண்டனையென்று கருதினாள். பிறகு, "ஒற்றா! வெறுமனே பதட்டப்படுவதில் என்ன பிரயோஜனம்? நடந்ததை நிதானமாகச் சொல்லு!" என்றாள். "நிதானமாகச் சொல்லச் சொல்லுகிறீர்களே! அவர்கள் இத்தனை நேரமும் மதுரையைத் தாண்டிப் போயிருப்பார்களே? சீக்கிரம் அம்மா, சீக்கிரம்!" என்றான் தினகரன். "அவர்கள் என்றால் யார்?" என்று புவனமோகினி கேட்டாள். "உத்தம சோழரும் அவருடைய புதல்வர் சுகுமாரனுந்தான். வேறு யார்?" என்றான் தினகரன்.

அப்போதுதான் புவனமோகினிக்குத் தான் செய்த தவறு எவ்வளவு பெரிது என்று தெரிந்தது. ஆயினும் தன்னுடைய கலக்கத்தை வெளிக்குக் காட்டிக் கொள்ளாமல், "அவர்கள் ஓடிப்போகும்படி நீ எப்படி விட்டாய்? ஒற்றர் தலைவன் என்ற உத்தியோகம் வேறு பார்க்கிறாயே?" என்றாள். "ஆம் அம்மணி. என் பேரில் குற்றம் சொல்ல மாட்டீர்களா? ஊர் பேர் தெரியாத சிற்பியிடம் பாண்டிய சாம்ராஜ்யத்தின் முத்திரை மோதிரத்தைக் கொடுத்தது நானா, நீங்களா?" என்றான் தினகரன்.

"வாயை மூடிக்கொள்! முத்திரை மோதிரத்தை யாருக்காவது கொடுக்கிறேன். அதைக் குறித்துக் கேட்க நீ யார்? உத்தம சோழர் தப்பிச் செல்வதற்கு நீ உடந்தையாயிருந்தாய் என்று நான்

சொல்கிறேன். இல்லாவிட்டால் எதற்காக அந்தப் பையனுடன் நீ இங்கே வந்தாய்? உன்னைச் சங்கிலியில் கட்டிப் போடும் வரையில் என்ன செய்தாய்? நீயும் அந்த இளஞ்சிற்பியும் சேர்ந்து சதி செய்துதான் உத்தம சோழரை விடுதலை செய்திருக்கிறீர்கள்" என்று புவனமோகினி படபடவென்று பொறிந்துக் கொட்டினாள்.

"அம்மணி! என் மீது என்ன குற்றம் வேண்டுமானாலும் சாட்டுங்கள்! என்ன தண்டனை வேண்டுமானாலும் விதியுங்கள்! ஆனால், அவர்களைத் தொடர்ந்து, பிடிப்பதற்கு உடனே ஏற்பாடு செய்யுங்கள்! நாலாபுறமும் குதிரை வீரர்களை அனுப்புங்கள். முக்கியமாகத் தஞ்சாவூர்ச் சாலையில் அதிகம்பேரை அனுப்புங்கள்! நான் வேண்டுமானால், இந்தச் சிறையிலேயே அடைபட்டுக் கிடக்கிறேன் - மகாராஜா திரும்பி வரும் வரையில்!" என்றான் தினகரன்.

"ஓகோ! சிறையில் அடைப்பட்டுக் கிடந்தேன். அதனால் ஓடியவர்களைப் பிடிக்க முடியவில்லை என்று சாக்குச் சொல்லப் பார்க்கிறாயோ? அதெல்லாம் முடியாது. உன்னாலேதான் அவர்கள் தப்பித்துச் சென்றார்கள். நீதான் அவர்களைப் பிடிக்க வேண்டும்" என்று பாண்டிய குமாரி சொல்லி, அவனை விடுவிக்கும்படி காவலர்களிடம் கூறினாள். விடுதலையடைந்ததும், தினகரன் தலைதெறிக்க ஓடினான்.

ஒற்றர் தலைவனிடம் அவ்விதம் படாடோபமாகப் பேசினாளே தவிர, உண்மையில் புவனமோகினியின் உள்ளம் கொந்தளித்துக் கொண்டிருந்தது. தான் செய்த காரியத்தினால் விளைந்ததையெண்ணி ஒரு பக்கம் கலங்கினாள். இளஞ்சிற்பி உண்மையில் சோழ ராஜகுமாரன் என்பதை எண்ணிய போது, அவள் சொல்ல முடியாத அவமான உணர்ச்சியை அடைந்தாள். அவன் தன்னை ஏமாற்றியதை நினைத்து, அளவில்லாத கோபம் கொண்டாள். இரவுக்கிரவே முதன் மந்திரியை வரவழைத்து நடந்ததை அவரிடம் சொல்லி, நாலாபக்கமும் குதிரை வீரர்களை அனுப்பச் செய்தாள். இத்தனைக்கும் நடுவில் அந்தப் பெண்ணின் பேதை உள்ளம் சுகுமாரனும் அவன் தந்தையும் தப்பித்துச் சென்றது குறித்து உவகை அடைந்தது. குதிரை வீரர்களுக்குக் கட்டளை தந்து அனுப்பும் போதே அவளுடைய இதய அந்தரங்கத்தில் அவர்கள் அகப்படாமல் தப்பித்துக் கொண்டு போய்விட வேண்டும் என்ற விருப்பம் எழுந்தது. வீரர்கள் நாலா பக்கமும் சென்ற பிறகு, 'தாயே

மீனாக்ஷி! அவர்கள் அகப்படாமல் தப்பித்துச் செல்ல வேண்டும்' என்று அவள் உள்ளம் தீவிரமாகப் பிரார்த்தனை செய்தது..."

இந்தச் சமயத்தில், அந்தப் பெண்மணியின் நாயகன் குறுக்கிட்டு, "புவன மோகினியின் பிரார்த்தனை நிறைவேறியது. சோழர்கள் இருவரும் அகப்படவே இல்லை. முத்திரை மோதிரத்தின் உதவியால், பாண்டிய நாட்டின் எல்லையைக் கடந்து, பத்திரமாகக் கொல்லிமலைச் சாரலுக்குப் போய்ச் சேர்ந்தார்கள்!" என்றான்.

பெண்மணி தொடர்ந்து கூறினாள்:-

"அவர்கள் தப்பிப் போய்விட்டார்கள் என்று தெரிந்ததும், தினகரன் புவனமோகினி மேல் தனக்கு வந்த கோபத்தைத் தேவேந்திரச் சிற்பியின் பேரில் காட்டினான். சோழநாட்டு இளவரசனுக்குச் சிற்ப கூடத்தில் இடம் கொடுத்து வைத்திருந்ததற்காக அவரைச் சிறையிலிட்டான். உத்தம சோழர் இருந்த அதே அறையில், தேவேந்திரச் சிற்பியை அடைத்து வைத்தான். உத்தம சோழர் தப்பிச் சென்ற செய்தியை முதன் மந்திரி உடனே ஓலையில் எழுதி, அவசரத் தூதர்கள் மூலம், குடகு நாட்டில் போர் நடத்திக் கொண்டிருந்த பராக்கிரம பாண்டியருக்கு அனுப்பி வைத்தார்.

பாண்டிய மன்னர் ஏற்கெனவே போரில் காயம் பட்டிருந்தார். இந்தச் செய்தி அவரை மனமிடிந்து போகும்படி செய்துவிட்டது. உள்ளமும் உடலும் புண்பட்டு, மிகவும் பலவீனமான நிலையில் பராக்கிரம பாண்டியர் மிகவும் கஷ்டத்துடன் பிரயாணம் செய்து, மதுரைக்கு விரைந்து வந்தார். உத்தம சோழர் தப்பிச் சென்ற விவரங்களையெல்லாம் அறிந்ததும், அவரும் மகள் பேரில் வந்த கோபத்தைத் தேவேந்திரச் சிற்பியின் பேரில் காட்டினார். நாற்சந்தியில் அவரை நிறுத்திச் சவுக்கினால் அடிக்கும்படி கட்டளையிட்டார். புவனமோகினி அவர் காலில் விழுந்து வேண்டிக் கொண்டும் பயனில்லை. தேவேந்திரச் சிற்பிக்குப் பதிலாகத் தன்னைத் தண்டிக்கும்படி கேட்டுக் கொண்டது அவருடைய கோபத்தை அதிகமாக்கியது.

எரிகிற தீயில் எண்ணெய் விட்டது போன்ற ஒரு செய்தி அப்போது வந்தது. அது, உத்தம சோழரும் சுகுமாரனும் பெரிய படை திரட்டிக் கொண்டு, பாண்டிய நாட்டின் மீது படையெடுத்து வருகிறார்கள் என்பதுதான். இதைக் கேட்ட பாண்டியர், தன் தேக நிலையைப் பொருட்படுத்தாமல் போர்க்களம் செல்ல ஆயத்தமானார். புவனமோகினிக்கு அப்போது தான் செய்த

குற்றத்துக்குப் பரிகாரம் செய்ய ஒரு வழி தோன்றியது. "அப்பா! நீங்கள் படுத்திருந்து உடம்பைக் குணப்படுத்திக் கொள்ளுங்கள். எனக்கு அனுமதி தாருங்கள். நான் சைன்யத்துக்குத் தலைமை வகித்துச் சென்று சோழர்களை முறியடித்து, அவர்களுடைய கர்வத்தை ஒடுக்குகிறேன். அந்தச் சோழ ராஜகுமாரனை எப்படியாவது சிறைப்பிடித்து வருகிறேன்!" என்றாள். பராக்கிரம பாண்டியர் மிகவும் மகிழ்ச்சியடைந்தார். "நீ என்னுடைய உண்மையான வீரப்புதல்வி தான்; சந்தேகமில்லை. அப்படியே செய்!" என்று அனுமதி கொடுத்துத் தேவேந்திரச் சிற்பியை விடுதலை செய்தார். புவனமோகினி பாண்டிய சைன்யத்துக்குத் தலைமை வகித்துப் போர்முனைக்குப் புறப்பட்டுச் சென்றாள்..."

8

பூரணச் சந்திரன், உச்சிவானத்தைத் தாண்டி மேற்குத் திசையில் சற்று இறங்கி நின்றான். சந்திரன் நின்ற நிலை, அந்த அதிசயத் தம்பதிகள் கூறி வந்த கதையைக் கேட்டுவிட்டுப் போகலாம் என்று தயங்கி நிற்பது போலத் தோன்றியது. காற்று அடித்த வேகம், வரவரக் குறைந்து இப்போது நிச்சலனமாகியிருந்தது. அந்த மோகினித் தீவின் காவலர்களைப் போல் நின்ற மரங்கள், அச்சமயம் சிறிதும் ஆடவில்லை. இலைகள் சற்றும் அசையவில்லை. கடலும் அப்போது அலை ஓய்ந்து மௌனம் சாதித்தது. சுகுமாரன் புவனமோகினியின் கதையைக் கேட்பதற்காகப் பிரகிருதியே ஸ்தம்பித்து நிற்பது போலக் காணப்பட்டது.

இப்போது நான் அந்த வரலாற்றைத் திருப்பிச் சொல்லும்போது, வார்த்தைகள் உயிரற்றும் உணர்ச்சியற்றும் வருவது எனக்கே தெரிந்துதானிருக்கிறது. ஆனால், அவர்கள் மாற்றி மாற்றிக் கதை சொல்லி வந்த போது, ஒவ்வொரு சம்பவத்தையும் என் கண் முன்னால் நேரில் காண்பது போலவே இருந்தது. ஒவ்வொரு கதாபாத்திரத்தைப் பற்றி அந்தத் தம்பதிகளில் ஒருவர் கூறியபோது, நான் அந்தக் கதாபாத்திரமாகவே மாறிவிட்டேன். கதாபாத்திரங்கள் அனுபவித்த இன்பதுன்பங்களையெல்லாம் நானும் சேர்ந்து அனுபவித்தேன்.

இடையிடையே சில சந்தேகங்களும் கேள்விகளும் என் மனதில் உதித்துக் கொண்டு வந்தன. இந்தச் சுந்தர புருஷன் யார்? இவனுடைய காதலியான வனிதாமணி யார்? எப்போது இந்தத் தீவுக்கு இவர்கள் வந்தார்கள்? இவர்கள் தங்களைப் பற்றி ஒன்றுமே சொல்லாமல், இந்தப் பழைய காலக் கதையைச் சொல்லிவரும் காரணம் என்ன? அந்தக் கதைக்கும் இவர்களுக்கும் ஏதேனும்

சம்பந்தம் உண்டா? அல்லது அக்கதைக்கும் இந்தத் தீவுக்கும் ஏதாவது சம்பந்தம் இருக்க முடியுமா? 'புவனமோகினி' என்ற பாண்டிய குமாரியின் பெயருக்கும் 'மோகினித் தீவு' என்னும் இத்தீவின் பெயருக்கும் பொருத்தம் உண்டா! இம்மாதிரியான கேள்விகளும் ஐயங்களும் அடிக்கடி தோன்றி வந்தன. ஆனால் அவர்களிடம் அவற்றைக் குறித்துக் கேட்டுச் சந்தேகங்களைத் தீர்த்துக் கொள்ளச் சந்தர்ப்பம் கிடைக்கவில்லை. பெண்மணி மூச்சு விடுவதற்காகக் கதையை நிறுத்தினால், ஆடவன் கதையைத் தொடர்ந்து ஆரம்பித்து விடுகிறான். ஆடவன் சற்று நிறுத்தினால் பெண்மணி உடனே ஆரம்பித்து விடுகிறாள்.

இப்படி மாற்றி மாற்றி மூச்சுவிடாமல் சொல்லி வந்த போதிலும், அவர்கள் கதை சொன்ன முறையில் ஒரு 'பாணி' இருந்தது. ஒரு 'உத்தி' இருந்தது என்பதைக் கண்டு கொண்டேன். பாண்டிய குமாரிக்கு நிகழ்ந்த சம்பவங்கள், அவளுடைய ஆசாபாசங்கள், அவளுடைய உள்ளத்திலே நிகழ்ந்த போராட்டங்கள் இவற்றையெல்லாம் அந்த மோகினித்தீவின் அழகி கூறி வந்தாள். சோழநாட்டு இளவரசனைப் பற்றியும், அவனுடைய மனோ நிகழ்ச்சிகள், செய்த காரியங்கள் - இவற்றைப் பற்றியும், அந்த அழகியின் காதலன் சொல்லி வந்தான்.

இப்படிப் பங்குபோட்டுக் கொண்டு அவர்கள் கதை சொன்ன விசித்திர முறை எனக்கு ஒரு பக்கத்தில் வியப்பு அளித்துக் கொண்டு வந்தது. மற்றொரு பக்கத்தில் கதையை மேலே தெரிந்து கொள்ள ஆசை வளர்ந்து வந்தது.

பாண்டிய குமாரி போர்க்களத்துக்குப் போனாள் என்று சொல்லிவிட்டு, அந்தப் பெண்மணி கதையை நிறுத்திய போது, வழக்கம் போல ஆடவன் குறுக்கிடாமலிருந்ததைக் கண்டேன். ஆனால், அந்த இடத்தில் என் மனதில் மேலே நடந்ததைத் தெரிந்து கொள்ளும் ஆர்வம் பொங்கிற்று.

"போர்க்களத்திலே என்ன நடந்தது? யுத்தம் எப்படி நடந்தது? பாண்டிய குமாரி போரில் வெற்றி பெற்றாளா?" என்று பரபரப்புடன் கேட்டேன்.

என்னுடைய கேள்வியிலிருந்தும், குரலில் தொனித்த கவலையிலிருந்தும், அந்தத் தம்பதிகள் என்னுடைய அனுதாபம் புவனமோகினியின் பக்கந்தான் என்பதைத் தெரிந்து கொண்டிருக்க வேண்டும். அவர்கள் இருவருடைய முகத்திலும் புன்னகை

மலர்ந்தது. அந்தச் சுந்தரப் புருஷன் தன் நாயகியின் முகவாயைச் சற்றுத் தூக்கிப் பிடித்து, நிலா வெளிச்சத்தில் அவளுடைய முகத்தை உற்று நோக்கினான்.

"கண்மணி! பார்த்தாயா? இந்த மனிதர் பாண்டிய குமாரியைப் பற்றி எவ்வளவு கவலை கொண்டு விட்டார் என்று தெரிகின்றதல்லவா! இவருடைய நிலைமையே இப்படி இருக்கும்போது சோழ நாட்டு வீரர்கள் போர் முனையில் புவன மோகினியைப் பார்த்ததும், திணறித் திண்டாடிப் போய்விட்டதில் வியப்பு என்ன?" அவன் ஆசையோடு முகத்தைப் பிடித்திருந்த கையை, அந்தப் பெண்ணரசி மெதுவாய் அகற்றி விட்டு, "ஏதாவது இல்லாததும் பொல்லாததும் சொல்லாதீர்கள்!" என்றாள். பிறகு என்னைப் பார்த்துச் சொன்னாள்:-

"சோழநாட்டு வீரர்கள் ஒன்றும் திண்டாடிப் போகவில்லை. புவனமோகினிதான் திணறித் திண்டாடிப் போனாள். அந்தப் பேதைப் பெண் அது வரையில் போர்க்களம் என்பதையே பார்த்ததில்லை. அவளுக்கு யுத்த தந்திரம் ஒன்றும் தெரிந்திருக்கவில்லை. அன்றுவரையில், அவள் ஆடல் பாடல்களிலும் வேடிக்கை விளையாட்டுகளிலும் கோயில் குளங்களுக்குப் போவதிலும் உல்லாசமாகக் காலங்கழித்து வந்தவள் தானே; திடீரென்று யுத்த களத்தில் கொண்டு போய் நிறுத்தியதும், அவளுக்குத் திக்கு திசை புரியவில்லை. பெரியவர்களுடைய புத்திமதியைக் கேட்காமல் வந்து விட்டதைக் குறித்து வருந்தினாள். அவள் போர்க்களத்துக்குச் செல்வதை மந்திரிகள், பிரதானிகள், மற்றப் படைத் தலைவர்களில் யாரும் விரும்பவில்லை. ஒற்றர் தலைவன் தினகரன் 'அவள் போனால் நிச்சயம் தோல்விதான்!' என்று சபதம் கூறினான். வயது முதிர்ந்த பெரியவர்கள், "அரசர் உயிருக்கு மன்றாடிக் கொண்டிருக்கையில் பாண்டிய குமாரிக்குப் போர்க்களத்தில் ஏதாவது நேர்ந்துவிட்டால் பாண்டிய ராஜ்யம் என்ன ஆவது!" என்று கவலைப்பட்டார்கள். இவ்வளவு பேருடைய கருத்துக்கும் மாறாகவே, புவனமோகினி யுத்தகளத்துக்குப் புறப்பட்டுப் போனாள். அதற்குத் தூண்டுகோலாக அவளுடைய இதய அந்தரங்கத்தில் மறைந்து கிடந்த சக்தி என்னவென்பதை உங்களுக்குச் சொல்லி விடுகிறேன். சிற்ப மாணவன் வேடம் பூண்டு வந்து, அவளை வஞ்சித்து விட்டுச் சென்ற சோழ ராஜகுமாரனைப் போர்க்களத்திலே நேருக்கு நேர் பார்க்கலாம் என்ற ஆசைதான். அந்தப் பாழும் விருப்பமே, அவளைப் போர்க்களத்தின் முன்னணியில் கொண்டு போய் நிறுத்தியது. ஒரு பெண் போர்க்கோலம் பூண்டு, பாண்டிய

சைன்யத்தின் முன்னணியில் வந்து சண்டைக்கு ஆயத்தமாக நிற்பதைப் பார்த்துவிட்டுச் சோழ நாட்டு வீரர்கள் குலுங்கச் சிரித்தார்கள். வஞ்சக நெஞ்சங் கொண்ட சுகுமாரன், சோழர் படைக்குப் பின்னால் எங்கேயோ நின்று, தனக்குத் தானே சிரித்துக் கொண்டான்..."

இதைக் கேட்டதும் அந்தப் பெண்ணின் நாயகன் ஆத்திரத்துடன் குறுக்கிட்டுப் பேசினான்:- "இவள் சொல்லுவதை நீங்கள் நம்ப வேண்டாம். சோழ நாட்டு வீரர்கள் பாண்டிய குமாரியைப் பார்த்துச் சிரிக்கவில்லை. அவர்கள் திகைத்துப் போய் நின்றார்கள்! சுகுமாரன் பின்னால் நின்று தனக்குள் சிரித்துக் கொண்டிருக்கவும் இல்லை. அந்த அபாக்கியசாலி, தன்னுடைய இதயத்தைக் கவர்ந்த புவனமோகினியுடன் எதிர்த்து நின்று யுத்தம் செய்யும்படி ஆகிவிட்டதே என்று மனம் நொந்து வேதனைப்பட்டான். ஒருவரும் பாராத தனி இடத்தைத் தேடிச் சென்று கண்ணீர் வடித்தான். முதலில் சில நாள் அவன் போர்க்களத்தில் முன்னணிக்கே வரவில்லை. பாண்டிய குமாரியை நேருக்கு நேர் சந்திப்பதற்கு வெட்கப்பட்டுக் கொண்டுதான், அவன் பின்னால் நின்றான். ஆனால், சுகுமாரன் முன்னணிக்கு வர வேண்டிய அவசியம் சீக்கிரத்திலே ஏற்பட்டு விட்டது. பாண்டிய குமாரிக்கு யுத்த தந்திரம் ஒன்றும் தெரிந்திருக்கவில்லையென்று இவள் சொன்னாள் அல்லவா? அது என்னமோ உண்மைதான்! அதுவரையில், அவள் போர்க்களத்தையே பார்த்ததில்லை யென்பதும் மெய்தான். ஆனால் அவ்விதம் அவள் அதுவரை யுத்த களத்தைப் பாராமலிருந்ததே, அவளுக்கு மிக்க உதவியாய்ப் போய் விட்டது. போர் முறைகளைப் பற்றிய அவளுடைய அறியாமையே ஒரு மகத்தான யுத்த தந்திரம் ஆகிவிட்டது.

போர் முறைகள் தெரிந்தவர்கள் சாதாரணமாய்ப் போவதற்குத் தயங்கக்கூடிய இடங்களுக்கெல்லாம் பாண்டிய குமாரி சர்வ சாதாரணமாகப் போகலுற்றாள். பெண்களிடம் சாதாரணமாகக் காணமுடியாத நெஞ்சுத் துணிவையும் தைரியத்தையும் அவள் காட்டினாள். அந்தத் துணிச்சலும் தைரியமும் சிறந்த கவசங்களாகி, அவளைக் காத்தன. அவள் காட்டிய தீரம், பாண்டிய வீரர்களுக்கு அபரிமிதமான உற்சாகத்தை ஊட்டியது; போர்க்களத்தில் பாண்டிய குமாரி எந்தப் பக்கம் தோன்றினாலும், அந்தப் பக்கத்திலுள்ள பாண்டிய வீரர்கள், வீர கோஷத்தை எழுப்பிக் கொண்டு சோழர் படையின் பேரில் பாய்ந்தார்கள். அதற்கு மாறாகச் சோழ வீரர்களோ,

புவனமோகினியைச் சற்றுத் தூரத்தில் கண்டதுமே வில்லையும் அம்பையும் வாளையும் வேலையும் கீழே போட்டு விட்டு, அந்த அழகுத் தெய்வத்தைக் கண்கொட்டாமல் பார்த்துக் கொண்டு நின்றார்கள்.

பயம் என்பதே அறியாமல், புவனமோகினி அங்குமிங்கும் சஞ்சரித்ததைப் பார்த்த சோழ நாட்டு வீரர்களில் பலர், மதுரை மீனாக்ஷி அம்மனே மானிடப் பெண் உருவம் எடுத்துப் பாண்டிய நாட்டைப் பாதுகாப்பதற்காக வந்திருக்கிறாள் என்று நம்பினார்கள். அவளைத் தூரத்தில் கண்டதும் சிலர் கையெடுத்துக் கும்பிட்டார்கள். சிலர் பயந்து பின் வாங்கி ஓடினார்கள். சிலர் பின் வாங்கி ஓடுவதற்கும் சக்தியில்லாமல் திகைத்துப் போய் நின்றார்கள். அப்படி நின்றவர்களைச் சிறை பிடிப்பது பாண்டிய வீரர்களுக்கு மிகவும் எளிதாய்ப் போய் விட்டது. இதையெல்லாம் அறிந்த உத்தம சோழர் மனம் கலங்கினார். சுகுமாரனை அழைத்து வரச் செய்து அவனுடைய கோழைத் தனத்தைக் குறித்து நிந்தனை செய்தார். "நீயே ஒரு பெண்ணுக்குப் பயந்து பின்னால் சென்று ஒளிந்து கொண்டால், மற்ற வீரர்கள் எப்படிப் போர் செய்வார்கள்?" என்று கேட்டார். "இப்படி அவமானத்துடன் தோல்வியடைந்து, சோழ குலத்துக்கு அழியாத அப கீர்த்தியை உண்டு பண்ணவா என்னைப் பாண்டியன் சிறையிலிருந்து விடுவித்துக் கொண்டு வந்தாய்? அதைக் காட்டிலும், நான் சிறைக் கூடத்திலேயே சாகும்படியாக விட்டிருக்கலாம்!" என்றார். அப்போது சுகுமாரன் தான் போர்க்களத்தின் முன்னணிக்குப் போய்த் தீர வேண்டிய அவசியத்தை உணர்ந்தான். சோர்ந்து போயிருந்த சோழ வீரர்களைத் திரட்டி உற்சாகப் படுத்தினான். தான் முன்னால் போர்க்களத்துக்குப் போவதாகவும், தன்னைப் பின் தொடர்ந்து மற்றவர்கள் வரும்படியும் சொன்னான். இளவரசனிடம் அளவில்லாத விசுவாசம் கொண்டிருந்த சோழ நாட்டு வீரர்கள், இனி ஊக்கத்துடன் யுத்தம் செய்வதாக அவனுக்கு வாக்களித்தார்கள். போர் முனையின் முன்னணிக்குப் போய், அவன் அநாவசியமான அபாயத்துக்கு உள்ளாகக் கூடாது என்று வருந்திக் கேட்டுக் கொண்டார்கள்.

அன்றைக்கே சோழர்களின் பக்கம் அதிர்ஷ்டம் திரும்பி விட்டதாகத் தோன்றியது. சோழ வீரர்கள் உற்சாகத்துடன் பாண்டியர் படையைத் தாக்குவதற்குப் போன சமயத்தில், பாண்டிய வீரர்கள் சோர்வுற்றிருந்தார்கள். பாண்டிய குமாரி போர்க்களத்திலிருந்து திடீரென்று மறைந்து விட்டதாகவும் தெரிய வந்தது.

எனவே, சோழர் படையின் தாக்குதலை எதிர்த்து நிற்க முடியாமல், பாண்டிய வீரர்கள் பின் வாங்கி ஓடத் தொடங்கினார்கள். அவ்விதம் ஓடியவர்களைத் துரத்தியடிப்பது சோழ வீரர்களுக்கு மிகவும் சுலபமாய்ப் போய்விட்டது. இதன் பேரில், உத்தம சோழரும் மற்றவர்களும் சுகுமாரனைக் கொண்டாடினார்கள். ஆனால் அவனுடைய மனத்தில் நிம்மதி ஏற்படவில்லை. பாண்டிய குமாரியின் கதி என்ன ஆயிற்றோ என்று எண்ணி எண்ணி அவன் மனங் கலங்கினான்..."

9

மோகினித் தீவின் பெண்ணரசி இந்த இடத்தில் மறுபடியும் குறுக்கிட்டுக் கதையைத் தொடர்ந்தாள்:- "பாண்டிய வீரர்கள் அப்படிப் பின் வாங்கியதற்குக் காரணம், பராக்கிரம பாண்டியர் காலமாகி விட்டார் என்ற செய்தி வந்ததுதான்; அந்தச் செய்தி வருவதற்கு முன்பே, புவனமோகினி தந்தையைக் கடைசிமுறை தரிசிப்பதற்காக மதுரைக்கு விரைந்தோடினாள். மரணத் தறுவாயிலிருந்த பராக்கிரம பாண்டியர், தம் அருமைக் குமாரியைக் கட்டி அணைத்துக் கொண்டு ஆசி கூறினார். அவள் செய்த குற்றத்தை மன்னித்து விட்டதாகத் தெரிவித்தார். அவள் வீரப் போர் புரிந்து பாண்டிய நாட்டின் கௌரவத்தை நிலைநாட்டியதைப் பாராட்டினார். இனிமேல், யுத்தத்தை நிறுத்திவிட்டுச் சோழர்களுடன் சமாதானம் செய்து கொள்ளும்படியும், புத்திமதி சொன்னார். "நான் இறந்துவிட்ட பிறகு சோழர்கள் போர் செய்ய மாட்டார்கள். ஒரு அபலைப் பெண்ணோடு யுத்தம் செய்யும்படி, அவ்வளவு தூரம் சோழ குலம் மானங் கெட்டுப் போய்விடவில்லை. அவர்கள் போரை நிறுத்த விரும்பினால், நீ அதற்கு மாறுதல் சொல்ல வேண்டாம்" என்றார். கடைசியாக, "உனக்குத் திருமணம் நடத்திப் பார்க்க வேண்டும் என்ற என் மனோரதம் ஈடேறவில்லை. மீனாக்ஷி அம்மனுடைய அருளினால் நீ உன மனதுக்குகந்த மணாளனை மணந்து இன்புற்று வாழ்வாய்!" என்று ஆசி கூறினார். இவ்விதம் ஆசி கூறிச் சிறிது நேரத்துக்கெல்லாம், பராக்கிரம பாண்டியர் தமது அருமை மகளுடைய மடியில் தலையை வைத்துப் படுத்தபடி, இந்த இகவாழ்வை நீத்துச் சென்றார்.

புவனமோகினி அழுதாள்; அலறினாள்; கண்ணீரை அருவியாகப் பெருக்கினாள். என்ன தான் அழுதாலும்

இறந்தவர்கள் திரும்பி வர மாட்டார்கள் அல்லவா? தகனக்கிரியைகள் ஆனவுடனே பாண்டிய குமாரி மறுபடியும் போர் முனைக்குச் சென்றாள். ஆனால், முன்னைப் போல் அவளுக்கு உற்சாகம் இருக்கவில்லை. சோகத்தில், மூழ்கியிருந்த புவனமோகினியினால், பாண்டிய வீரர்களுக்கு ஊக்கம் ஊட்டவும் முடியவில்லை. 'உன் மனதுக்கு உகந்த மணாளனை மணந்து கொள்' என்று தந்தை மரணத் தறுவாயில் கூறியது, அவள் மனதில் பதிந்திருந்தது. மனதுக்கு உகந்த மணாளனை மணப்பதென்றால், ஒருவரைத்தான் அவள் மணக்க முடியும். ஆனால், அவரோ தன்னை வஞ்சித்துவிட்டுத் தான் கொடுத்த முத்திரை மோதிரத்தையும் எடுத்துக் கொண்டு ஓடிப் போனவர். தான் அவரிடம் காட்டிய அன்புக்குப் பிரதியாகத் தன் ராஜ்யத்தின் மீது படையெடுத்து வந்திருப்பவர். அவரைப்பற்றி நினைப்பதில் பயன் என்ன? அடடா! அவர் உண்மையாகவே ஒரு சிற்ப மாணாக்கராக இருந்திருக்கக் கூடாதா? கடைசியில் சுகுமார சோழர், புவனமோகினி இருந்த இடத்துக்குத் தாமே நேரில் விஜயம் செய்து, பிரமாதமான வீரப்போர் புரிந்து, அவளைச் சிறைப் பிடித்துவிட்டார்! பாண்டியகுமாரி சிறைப்பட்டதும், பாண்டிய சேனையும் சின்னாபின்னமடைந்து சிதறி ஓடிவிட்டது. தமிழ் நாட்டு மன்னர்களின் வீரதீரங்களைப் பற்றி நீங்கள் எவ்வளவோ கேள்விப்பட்டிருப்பீர்கள். ஆனால், இந்த மாதிரி ஓர் அபலைப் பெண்ணுடன், ஒரு ராஜகுமாரன் போர் புரிந்து, அவளைச் சிறைப்படுத்திய அபாரமான வீரத்தைப் பற்றி நீர் கேள்விப்பட்டதுண்டா?"

இவ்விதம் கூறிவிட்டு அந்தப் பெண்ணரசி கடைக்கண்ணால் தன் நாயகனைப் பார்த்தாள். அந்தப் பார்வையில் அளவிலாக் காதல் புலப்பட்டது. ஆனால், அவளுடைய குரலில் ஏளனம் தொனித்தது.

அந்த யுவதியின் ஏளன வார்த்தைகளைக் கேட்ட அவளுடைய நாயகன் சிரித்தான். என்னைப் பார்த்து, "பெண்களுடைய போக்கே விசித்திரமானது. அவர்களை மகிழ்விப்பது பிரம்மப் பிரயத்தனமான காரியம். நாம் நல்லது செய்தால் அவர்களுக்குக் கெடுதலாகப்படும். நம்முடைய நோக்கத்தைத் திரித்துக் கூறுவதிலேயே அவர்களுக்கு ஒரு தனி ஆனந்தம்!" என்று கூறி மேலும் சொன்னான்:-

"சோழ ராஜகுமாரன் போர்க்களத்தில் முன்னால் வந்து நின்று, பாண்டிய குமாரியைத் தோற்கடித்து அவளைச் சிறைப் பிடித்தது உண்மைதான். ஆனால், அதற்குக் காரணம் என்ன தெரியுமா? புவனமோகினி தற்கொலை செய்து கொண்டு சாகாமல் அவள்

உயிரைக் காப்பாற்றும் பொருட்டுத்தான். புவனமோகினியின் மனதில் தந்தை இறந்த காரணத்தினால் சோர்வு ஏற்பட்டிருக்கலாம். ஆனால், அந்த மனச்சோர்வை அவள் போர்க்களத்தில் வெளிப்படையாகக் காட்டிக் கொள்ளவில்லை. முன்னைக் காட்டிலும் பத்துமடங்கு வீராவேசத்தோடு போர் புரிந்தாள். கத்தியை சுழற்றிக் கொண்டு போர்க்களத்தில் தன்னந் தனியாக அங்குமிங்கும் ஓடினாள். பாண்டிய குமாரியை யாரும் காயப்படுத்தி விடக்கூடாதென்றும், சுகுமாரன் சோழ வீரர்களுக்குக் கண்டிப்பான கட்டளையிட்டிருந்தான். ஆனால், அவர்கள் அந்தக் கட்டளையை நிறைவேற்றுவது இயலாமற் போகும்படி புவனமோகினி நடந்து கொண்டாள். எப்படியாவது போர்க்களத்தில் உயிரை விட்டு விடுவது என்றும், சோழர் குலத்துக்கு அழியாத பழியை உண்டு பண்ணுவது என்றும் அவள் தீர்மானம் செய்திருந்ததாகக் காணப்பட்டது. 'சண்டையை நிறுத்தி விட்டுச் சமாதானமாகப் போகலாம்' என்று தந்தை சொல்லியனுப்பியதை அவள் சட்டை செய்யவில்லை. அதன் பேரில் சுகுமாரன், தானே அவளுக்கு எதிரே வந்து நிற்க வேண்டியதாயிற்று. சுகுமாரனைத் திடீரென்று பார்த்ததும், பாண்டிய குமாரியின் கையிலிருந்து கத்தி நழுவி விழுந்தது. உடனே பக்கத்திலிருந்த சோழ வீரர்கள் அவளைப் பிடித்துக் கொண்டார்கள். கயிறு கொண்டு அவளுடைய கைகளைக் கட்டிச் சுகுமாரன் எதிரில் கொண்டு போய் நிறுத்தினார்கள். சுகுமாரன் உடனே குதிரை மீதிருந்து கீழே இறங்கினான். பாண்டிய குமாரிக்கு ஆறுதலான மொழிகளைச் சொல்லவேண்டும் என்று கருதினான். ஆனால், மனதில் தோன்றிய ஆறுதல் மொழிகள் வாய் வழியாக வருவதற்கு மறுத்தன. புவனமோகினியின் கோலத்தைக் கண்டு, அவன் கண்களில் கண்ணீர் ததும்பியது. அவள் தந்தையை இழந்து நிராதரவான நிலையில் இருப்பதை எண்ணி அவன் உள்ளம் உருகியது. ஆனால், ஆண்மக்களை விடப் பெண் மக்கள் பொதுவாகக் கல்நெஞ்சு படைத்தவர்கள் என்பதை அப்போது புவனமோகினி நிரூபித்தாள். சுகுமாரனை அவள் ஏறிட்டுப் பார்த்து, "ஐயா, மதிவாணரே! செப்புச் சிலை செய்யும் வித்தையைச் சோழ மன்னரிடமிருந்து கற்றுக் கொண்டுவிட்டீரோ?" என்று கேட்டாள். அதற்கு மறுமொழி சொல்லச் சுகுமாரனால் முடியவில்லை. தான் அவளை ஏமாற்றிவிட்டு வந்ததற்காக, அவளிடம் வணங்கி மன்னிப்புக் கேட்டுக் கொள்ள அவன் விரும்பினான். ஆனால், அத்தனை வீரர்களுக்கு மத்தியில், ஒரு பெண்ணுக்குப் பணிந்து மன்னிப்புக் கேட்டுக் கொள்ளச் சுகுமாரனுக்குத் தைரியம் வரவில்லை. ஆகையால், புவனமோகினியைப் பத்திரமாய்க்

கொண்டு போய்த் தக்க பாதுகாப்பில் வைக்கும்படி கட்டளை பிறப்பித்து விட்டுத் தன்னுடைய தந்தையைத் தேடிப் போனான்.

உத்தம சோழர் அப்போது வெகு உற்சாகமாக இருந்தார். மதுரையின் வீதிகளில், அவரைத் தேர்க்காலில் கட்டிப் பராக்கிரம பாண்டியன் இழுத்துச் சென்றதை உத்தம சோழர் மறக்கவே இல்லை. அதற்குப் பழிக்குப் பழி வாங்குவதற்கு இப்போது சந்தர்ப்பம் கிடைத்து விட்டது என்று, அவர் எண்ணிச் சந்தோஷப்பட்டுக் கொண்டிருந்தார்; பராக்கிரம பாண்டியன் இறந்துவிட்டபடியால் அவனுக்குப் பதிலாக அவனுடைய மகளைப் பழி வாங்குவதற்கு அவர் திட்டங்கள் போட்டுக் கொண்டிருந்தார். அவனுடைய இதயம் கொந்தளித்துக் கொண்டிருந்தது. உரலுக்கு ஒரு பக்கத்தில் இடி, மத்தளத்துக்கு இரு பக்கத்திலும் இடி என்ற பழமொழி தெரியுமல்லவா? சுகுமாரன் மத்தளத்தின் நிலையில் இருந்தான். ஒரு பக்கம் அவனுடைய காதலைக் கொள்ளை கொண்ட புவனமோகினி அவனை வஞ்சகன் என்று நிந்தனை செய்தாள். இன்னொரு பக்கத்தில் அவனுடைய தந்தை ஒரே மூர்க்க ஆவேசங்கொண்டு, பாண்டிய குமாரி மீது வஞ்சந்தீர்த்துக் கொள்ள வழிகளைத் தேடிக் கொண்டிருந்தார். சுகுமாரன் அவரிடம் மெள்ள மெள்ளத் தன் மன நிலையை வெளியிட முயன்றான். முதலில் அரச தர்மத்தைத் தந்தைக்கு நினைப்பூட்டினான், "புவனமோகினி பாண்டிய ராஜனின் மகள் அல்லவா? அவளை மரியாதையாக நடத்த வேண்டாமா?" என்றான். அதற்கு உத்தம சோழர், "அவர்கள் பரம்பரை பாண்டியர்கள் அல்லர்; நடுவில் வந்து மதுரைச் சிம்மாசனத்தைக் கவர்ந்தவர்கள்; அவர்களுக்கு ராஜகுலத்துக்குரிய மரியாதை செய்ய வேண்டியதில்லை," என்று சொன்னார்.

பிறகு சுகுமாரன், "பாண்டியகுமாரியின் உதவியில்லா விட்டால் நான் தங்களை விடுவித்திருக்க முடியாது. அவள் கொடுத்த முத்திரை மோதிரத்தை எடுத்துக் கொண்டுதான் சிறைக்குள்ளே வர முடிந்தது. அந்த மோதிரத்தைக் காட்டித் தானே நாம் தப்பித்து வந்தோம்?" என்றான்.

அதற்கு உத்தம சோழர், "யுத்த முறைகள் நான்கு உண்டு; சாம, தான, பேத, தண்டம் என்று. நீ பேத முறையைக் கையாண்டு எதிரியை ஏமாற்றினாய். அது நியாயமான யுத்த முறைதான். அதற்காக நீ வருத்தப்பட வேண்டியதில்லை! உலகம் தோன்றின நாள் தொட்டு, அரச குலத்தினர் பகைவர்களை வெல்வதற்காகத் தந்திரோபாயங்களைக் கைக்கொண்டிருக்கின்றனர். சாணக்கியர்

அர்த்த சாஸ்திரத்தில் என்ன சொல்லியிருக்கிறார் என்று உனக்குத் தெரியாதா?" என்றார். சுகுமாரன் கடைசியாகத் தன்னுடைய உள்ளத்தின் நிலையை உள்ளபடியே வெளியிட்டான். பாண்டிய குமாரியிடம் தான் காதல் கொண்டு விட்டதையும், அவளைத் தவிர வேறு யாரையும் கலியாணம் செய்து கொள்ளத் தன் மனம் இடம் கொடாது என்பதையும் சொன்னான். இதை அவன் சொன்னானோ இல்லையோ, உத்தம சோழர் பொங்கி எழுந்தார். துர்வாச முனிவரும் விசுவாமித்திரரும் பரசுராமரும் ஒருருக் கொண்டது போலானார். "என்ன வார்த்தை சொன்னாய்? அந்தக் கிராதகனுடைய மகள் பேரில் காதல் கொண்டாயா? என்னைத் தேர்க்காலில் கட்டி, மதுரையின் வீதிகளில் இழுத்த பாதகனின் குமாரியை மணந்து கொள்வாயா? என்னைச் சிறையில் அடைத்துச் சங்கிலி மாட்டி, விலங்கினத்தைப் போலக் கட்டி வைத்திருந்த சண்டாளனுடைய மகள், சோழ சிங்காதனத்தில் வீற்றிருப்பதை நான் அனுமதிப்பேனா? ஒரு நாளும் இல்லை! அப்பனைப் போலவே மகளும் சூழ்ச்சி செய்திருக்கிறாள். உன்னை வலை போட்டுப் பிடிக்கத் தந்திரம் செய்திருக்கிறாள். அதில் நீயும் வீழ்ந்துவிட்டாய். புவனமோகினியை நீ கலியாணம் செய்து கொள்வதாயிருந்தால், என்னைக் கொன்று விட்டுச் செய்து கொள்! நான் உயிரோடிருக்கும் வரை அதற்குச் சம்மதியேன்! அவளைப் பற்றி இனி என்னிடம் ஒரு வார்த்தையும் பேசாதே! அவளைக் கரும்புள்ளி செம்புள்ளி குத்திக் கழுதைமேல் ஏற்றி வைத்து, அதே மதுரை நகர் வீதிகளில் ஊர்வலம் நடத்தப் போகிறேன். அப்படிச் செய்தால் ஒழிய, என் மனத்தில் உள்ள புண் ஆறாது!" என்று, இப்படியெல்லாம் உத்தம சோழர் ஆத்திரத்தைக் கொட்டினார்.

இந்த மனோநிலையில் அவருடன் பேசுவதில் பயனில்லையென்று சுகுமாரன் தீர்மானித்தான். கொஞ்ச காலம் கழித்து, அவருடைய கோபம் தணிந்த பிறகு முயற்சி செய்து பார்க்க வேண்டும். அதற்குள்ளே கோபவெறி காரணமாகப் புவனமோகினியை ஏதாவது அவமானப்படுத்தி விட்டால் என்ன செய்கிறது? அந்த நினைவையே சுகுமாரனால் பொறுக்க முடியவில்லை. காதலும் கல்யாணமும் ஒரு புறம் இருக்க, அவள் தனக்குச் செய்த உதவிக்கு பிரதி நன்றி செலுத்த வேண்டாமா? - இவ்விதம் யோசித்ததில், கடைசியாக ஒரு வழி அவன் மனதில் தோன்றியது. சிறையிலிருந்து அவள் தப்பிப் போகும்படி செய்வது முதல் காரியம். நேரில் அவளிடம் போய் எதுவும் பேசுவதற்கு அவனுக்கு வெட்கமாயிருந்தது. தன்னைப் பார்த்ததும் "செப்பு

விக்கிரகம் செய்யும் வித்தையைக் கற்றுக் கொண்டீரா?" என்று தான் மீண்டும் அவள் கேட்பாள்! அதற்கு என்ன மறுமொழி கூறுவது? அதைக் காட்டிலும் வேறொருவர் மூலம் காரியம் நடத்துவது நல்லது. எனவே நம்பிக்கையான தாதிப் பெண் ஒருத்தியைச் சுகுமாரன் அழைத்தான். அவளிடம் சோழ நாட்டு மோதிரத்தைக் கொடுத்தான். அவளைப் பாண்டிய குமாரியின் சிறைக்குள்ளே சென்று, அவளைப் பார்த்து, 'உன்னிடம் ஒரு சமயம் பாண்டிய ராஜாங்கத்தின் முத்திரை மோதிரத்தை வாங்கிக் கொண்டவர், இந்த மாற்று மோதிரத்தை உனக்கு அனுப்பியிருக்கிறார். அவர் அந்த மோதிரத்தை உபயோகித்ததுபோல் இதை நீயும் உபயோகிக்கலாம்' என்று சொல்லிவிட்டு, மோதிரத்தைக் கொடுத்துவிட்டு வரும்படி அனுப்பினான். தாதி சென்ற பிற்பாடு, சுகுமாரனுக்குச் சும்மா இருக்க முடியவில்லை. புவனமோகினி மோதிரத்தை வாங்கிக் கொண்டு என்ன செய்கிறாள், என்ன சொல்லுகிறாள் என்று, தெரிந்து கொள்ள விரும்பினான். ஆகவே, தாதியின் பின்னோடு சுகுமாரனும் சென்று ஒரு மறைவான இடத்தில் இருந்து ஒட்டுக் கேட்டான். அவன் சொன்ன மாதிரியே தாதி மோதிரத்தைக் கொடுத்த போது, பாண்டிய குமாரி கூறிய மறுமொழி, அவனை மறுபடியும் திகைப்படையச் செய்து விட்டது."

இவ்விதம் சொல்லி மோகினித் தீவின் சுந்தர புருஷன் கதையை நிறுத்தினான். மேலே நடந்ததைத் தெரிந்து கொள்ள என்னுடைய ஆவல் உச்ச நிலையை அடைந்தது.

10

மோகினித் தீவில், பூரணச் சந்திரனின் போதை தரும் வெண்ணிலவில், குன்றின் உச்சியில் உட்கார்ந்து, அத்தம்பதிகள் எனக்கு அந்த விசித்திரமான கதையைச் சொல்லி வந்தார்கள். ஒருவரோடொருவர் மோதி அடித்துக் கொண்டு சொன்னார்கள். குழந்தைகள் எங்கேயாவது போய்விட்டு வந்தால், "நான் சொல்கிறேன்" என்று போட்டியிட்டுக் கொண்டு சொல்லும் அல்லவா? அந்த ரீதியில் சொன்னார்கள்.

அழகே வடிவமான அந்த மங்கை கூறினாள்:-

"பாண்டிய குமாரி சிறையில் தன்னந் தனியாக இருந்த போது, அவளுக்குச் சிந்தனை செய்யச் சாவகாசம் கிடைத்தது. இராஜரீக விவகாரங்களும், அவற்றிலிருந்து எழும் போர்களும் எவ்வளவு தீமைகளுக்குக் காரணமாகின்றன என்பதை உணர்ந்தாள். தன்னுடைய கலியாணப் பேச்சுக் காரணமாக எழுந்த விபரீதங்களை ஒவ்வொன்றாக எண்ணிப் பார்த்து வருத்தப்பட்டாள்; தான் ராஜகுமாரியாகப் பிறந்திராமல் சாதாரணக் குடும்பத்தில் பெண்ணாகப் பிறந்திருந்தால், இவ்வளவு துன்பங்களும் உயிர்ச் சேதங்களும் ஏற்பட்டிராதல்லவா என்று எண்ணி ஏங்கினாள். தன் காரணமாக எத்தனையோ பேர் உயிர் துறந்திருக்கத் தான் மட்டும் யுத்த களத்தில் உயிர் விட எவ்வளவு முயன்றும், முடியாமற் போன விதியை நொந்து கொண்டாள். இப்படிப் பட்ட நிலைமையிலே தான் தாதி வந்து சோழ குமாரன் கொடுத்த முத்திரை மோதிரத்தைக் கொடுத்தாள். புவன மோகினிக்கு உடனே சுகுமாரன் செய்த வஞ்சனை நினைவுக்கு வந்து, அளவில்லா ஆத்திரத்தை மூட்டியது. அந்த ஆத்திரத்தைத் தாதியிடம் காட்டினாள். "இந்த மோதிரத்தைக் கொடுத்தவரிடமே திரும்பிக் கொண்டுபோய்க் கொடுத்துவிடு! அவரைப்

போன்ற வஞ்சகம்மிக்க ராஜகுமாரனின் உதவி பெற்றுக் கொண்டு உயிர் தப்பிப் பிழைக்க விரும்பவில்லை என்று சொல்லு! அதைக் காட்டிலும் இந்தச் சிறையிலேயே இருந்து உயிரை விடுவேன் என்று சொல்லு! அந்த மனிதர் முத்திரை மோதிரத்தை ஒரு காரியத்துக்காக வாங்கிக் கொண்டு, அதைத் துர் உபயோகப்படுத்தி மோசம் செய்து விட்டு ஓடிப் போனார். அது சோழ குலத்தின் பழக்கமாயிருக்கலாம். ஆனால், பாண்டிய குலப் பெண் அப்படிச் செய்ய மாட்டாள் என்று சொல்லு! வஞ்சனைக்கும் பாண்டிய குலத்தினருக்கும் வெகுதூரம்!" என்று சொன்னாள்.

இவ்விதம் கூறியவுடனே, சுகுமாரனுடைய குரலைக் கேட்டுத் திடுக்கிட்டாள். "தாதி! அந்த வஞ்சக ராஜகுமாரனைப் பாண்டிய குமாரி ஒரு சமயம் காதலித்தாள். அந்தக் காதலின் மேல் ஆணையாக அவளைக் கெஞ்சிக் கேட்டுக் கொள்வதாகச் சொல்லு! முத்திரை மோதிரத்தை உபயோகித்துத் தப்பித்துக் கொண்டு போனால், பிறிதொரு சமயம் நல்ல காலம் பிறக்கலாம்; இருவருடைய மனோரதமும் நிறைவேறக் கூடும் என்று சொல்லு!" என்பதாக அந்தக் குரல் கூறியது. அந்தக் குரல் புவனமோகினியின் மனதை உருகச் செய்தது. அவளுடைய உறுதியைக் குலையச் செய்தது. தேவேந்திர சிற்பியின் சிற்பமண்டபத்தில் கேட்ட குரல் அல்லவா அது? பழைய நினைவுகள் எல்லாம் குமுறிக்கொண்டு வந்தன. தழதழத்த குரலில், பாண்டிய குமாரி கூறினாள்:- "தாதி! நான் இந்த வஞ்சக ராஜகுமாரனை என்றைக்கும் காதலித்ததில்லை என்று சொல்லு! சோழநாட்டிலிருந்து தேவேந்திர சிற்பியிடம் சிற்பக்கலை கற்றுக் கொள்ள வந்த ஏழை சிற்பியையே நான் காதலித்தேன் என்று சொல்லு!" என்றாள். அடுத்த கணத்தில், சோழ ராஜகுமாரன் புவனமோகினியின் எதிரில் வந்து நின்றான். அவன் கூறிய விஷயம், பாண்டிய குமாரியைத் திகைக்கும்படி செய்து விட்டது."

அந்த மங்கையின் நாயகன் இப்போது கூறினான்:- "பாண்டிய குமாரி, தான் சோழ ராஜகுமாரனைக் காதலிக்கவில்லை யென்றும், இளஞ் சிற்பியையே காதலித்ததாகவும் கூறிய தட்சணமே, சுகுமாரனுடைய மனத்தில், தான் செய்ய வேண்டியது என்ன என்பது உதித்து விட்டது. அதுவரையில் புவன மோகினியை நேருக்கு நேர் பார்க்க வெட்கப்பட்டுக் கொண்டிருந்தவனுக்கு, இப்போது அவளைப் பார்க்கும் தைரியமும் வந்துவிட்டது. ஆகையினால், மறைவிடத்திலிருந்து அவள் முன்னால் வந்தான். "கண்மணி! என்னைப் பார்த்து இந்தக் கேள்விக்கு மறுமொழி

சொல்லு! நான் ராஜகுமாரனாயில்லாமல், ஏழைச் சிற்பியாக மாறிவிட்டால், நான் உனக்குச் செய்த வஞ்சனையை மன்னித்து விடுவாயா? என்னை மணந்து கொள்ளவும் சம்மதிப்பாயா?" என்றான். பாண்டியகுமாரி உடனே மறுமொழி சொல்லவில்லை. மறுமொழி சொல்ல வேண்டிய அவசியம் இல்லை. அவள் முகமும் கண்களும் அவள் மனதிலிருந்ததை வெளிட்டன. சற்றுப் பொறுத்து, அவள், "நடக்காத காரியத்தை ஏன் சொல்லுகிறீர்கள்? ஏன் வீணாசை காட்டுகிறீர்கள்? போரிலே முழுத்தோல்வியடைந்து அடிமையாகிச் சிறைப்பட்டிருக்கும் ஒரு பெண்ணுக்காக, யார் பரம்பரையாக வந்த அரசைக் கைவிடுவார்கள்? சோழ ராஜ்யத்தோடு இப்போது பாண்டிய ராஜ்யமும் சேர்ந்திருக்கிறதே? விடுவதற்கு மனம் வருமா?" என்றாள். "என் கண்மணி! உனக்காக ஏழு உலகம் ஆளும் பதவியையும் நான் தியாகம் செய்வேன். ஆனால் உனக்கு ராணியாக இருக்க வேண்டும் என்ற ஆசை இல்லையே!" என்று சுகுமாரன் கேட்டான். "ராணியாக வேண்டும் என்ற ஆசையிருந்தால், தேவேந்திர சிற்பியின் சீடனுக்கு என் இருதயத்தைக் கொடுத்திருப்பேனா?" என்றாள் பாண்டியகுமாரி. உடனே சுகுமாரன் தன் அரையில் செருகியிருந்த உடை வாளை எடுத்துக் காட்டி, "இதோ இந்தக் கொலைக் கருவியை, ராஜகுல சின்னத்தை, பயங்கர யுத்தங்களின் அடையாளத்தை, உன் கண் முன்னால் முறித்து எறிகிறேன், பார்!" என்று சொல்லி, அதைத் தன்னுடைய பலம் முழுவதையும் பிரயோகித்து முறித்தான். உடைவாள் படீரென்று முறிந்து தரையிலே விழுந்தது!

பின்னர் சுகுமாரன் தன் தந்தையிடம் சென்றான். அரசாட்சியில் தனக்கு விருப்பம் இல்லையென்றும், ராஜயத்தைத் தன் சகோதரன் ஆதித்யனுக்குக் கொடுத்து விடுவதாகவும், ராஜ்யத்துக்கு ஈடாகப் புவனமோகினியைத் தனக்குத் தர வேண்டும் என்றும் கேட்டுக் கொண்டான். முதலில் உத்தம சோழர் இணங்கவில்லை. எவ்வளவோ விதமாகத் தடை சொல்லிப் பார்த்தார். சுகுமாரன் ஒரே உறுதியாக இருந்தான். "அப்பா! தாங்கள் நீண்ட பரம்பரையில் வந்த சோழநாட்டுச் சிம்மாசனத்தில், பராக்கிரம பாண்டியர் மகள் ஏறச் சம்மதிக்க முடியாது என்றுதானே சொன்னீர்கள்? உங்களுடைய அந்த விருப்பத்துக்கு நான் விரோதம் செய்யவில்லை. வேறு என்ன உங்களுக்கு ஆட்சேபம்? இந்த தேசத்திலேயே நாங்கள் இருக்கவில்லை. கப்பலேறிக் கடல் கடந்து போய் விடுகிறோம்! தங்களைப் பாண்டியனுடைய சிறையிலிருந்து மீட்டு வந்ததற்காக, எனக்கு இந்த வரம் கொடுங்கள்!" என்று கெஞ்சினான். அவனுடைய மன உறுதி மாறாது என்று தெரிந்து கொண்டு, உத்தம சோழர்

கல்கி 73

கடைசியில் சம்மதம் கொடுத்தார். "ஒரு விதத்தில் உன் முடிவும் நல்லதுதான். மகனே! சோழ குலத்தில் நம் முன்னோர்கள் கப்பலேறிக் கடல் கடந்து போய், அயல் நாடுகளில் எல்லாம் நம்முடைய புலிக்கொடியை நாட்டினார்கள். சோழ சாம்ராஜ்யம் வெகு தூரம் பரந்திருந்தது. அந்தப் பரம்பரையை அனுசரித்து, நீயும் காரியம் செய்தால், அதைப் பாராட்ட வேண்டியது தானே! மூன்று கப்பல்கள் நிறைய ஆயுதங்களையும் ஏற்றிக் கொண்டு போர் வீரர்களையும் அழைத்துக் கொண்டு போ! இன்னும் பிரயாணத்துக்கு வேண்டிய பொருள்களையெல்லாம் சேகரித்துக் கொள்!" என்றார். சுகுமாரன் அவ்விதமே பிரயாண ஆயத்தங்கள் செய்தான். போருக்குரிய ஆயுதங்களோடு கூடச் சிற்ப வேலைக்கு வேண்டிய கல்லுளிகள், சுத்திகள் முதலியவற்றையும் ஏராளமாகச் சேகரித்துக் கொண்டான். வீரர்களைக் காட்டிலும் அதிகமாகவே சிற்பக் கலை வல்லுநர்களையும் திரட்டினான். தேவேந்திரச் சிற்பியாரையும் மிகவும் வேண்டிக் கொண்டு தங்களுடன், புறப்படுவதற்கு இணங்கச் செய்தான். தேசத்தில் பிரஜைகள் எல்லாரும், இளவரசர் வெளிநாடுகளில் யுத்தம் செய்து வெற்றிமாலை சூடுவதற்காகப் புறப்படுகிறார் என்று எண்ணினார்கள். உத்தம சோழரும் புதல்வனுக்கு மனம் உவந்து விடை கொடுத்தார். ஆனால், இறுதிவரை புவனமோகினி விஷயத்தில் மட்டும் அவர் கல்நெஞ்சராகவே இருந்தார். அந்தப் பெண்ணின் உதவியால் தாம் மதுரை நகர்ச் சிறையிலிருந்து வெளிவர நேர்ந்த அவமானத்தை அவரால் மறக்கவே முடியவில்லை."

இப்போது மறுபடியும் அந்நங்கை குறுக்கிட்டுக் கதையைப் பிடிங்கிக் கொண்டு கூறினாள்.

"ஆனாலும், புவனமோகினி புறப்படும்போது உத்தம சோழரிடம் போய் நமஸ்கரித்து விடை பெற்றுக் கொண்டாள். தன்னால் அவருக்கு நேர்ந்த கஷ்டங்களையெல்லாம் மறந்து, தன்னை மன்னிக்க வேண்டும் என்று மன்றாடினாள். அந்தக் கிழவரும் சிறிது மனங்கனிந்து தான் விட்டார். "பெண்ணே இப்படியெல்லாம் நடக்கும் என்று தெரிந்திருந்தால் நான் ஆரம்பத்திலேயே உன் கலியாணத்துக்கு ஆட்சேபம் சொல்லியிருக்க மாட்டேன். குலத்தைப் பற்றி விளையாட்டாக ஏதோ நான் சொல்லப்போக, என்னவெல்லாமோ, விபரீதங்கள் நிகழ்ந்துவிட்டான். போனது போகட்டும்; எப்படியாவது என் மகனும் நீயும் ஆனந்தமாக வாழ்க்கை நடத்தினால் சரி" என்றார். "தங்கள் வாக்குப் பலித்து விட்டது இல்லையா? நீங்களே சொல்லுங்கள்!" என்று சொல்லி

அந்தச் சுந்தர வனிதை தன் நாயகன் முகத்தை ஆர்வத்துடன் பார்த்தாள்.

தம்பதிகள் இருவரும் ஒருவர் முகத்தை ஒருவர் பார்த்துப் புன்னகை புரிந்தவண்ணம் இருந்தார்கள். நேர உணர்ச்சியேயன்றி, அப்படியே அவர்கள் இருந்துவிடுவார்களென்று தோன்றிற்று. நானும் காதலர்கள் பலரைப் பார்த்திருக்கிறேன்; கதைகளில் படித்திருக்கிறேன். ஆனால் இந்தத் தம்பதிகளின் காதல் மிக அபூர்வமானதாக எனக்குத் தோன்றியது. அப்படி ஒருவர் முகத்தை ஒருவர் பார்த்துக் கொண்டே இருப்பதற்கு என்னதான் இருக்கும்? என்னதான் வசீகரம் இருந்தாலும், என்ன தான் மனதில் அன்பு இருந்தாலும், இப்படி அலுக்காமல் சலிக்காமல் பார்த்துக் கொண்டிருப்பதென்றால், அது விந்தையான விஷயந்தான் அல்லவா!

ஆனால், நான் பொறுமை இழந்துவிட்டேன். அவர்களிடம் பொறாமையும் கொண்டேன் என்றால், அது உண்மையாகவே இருக்கும். கதையின் முடிவைத் தெரிந்து கொள்ளும் ஆவலும் அதிகமாயிருந்தது.

"என்ன திடீரென்று இருவரும் மௌனம் சாதித்துவிட்டீர்களே! பிற்பாடு என்ன நடந்தது? கதையை முடியுங்கள்!" என்றேன்.

"அப்புறம் என்ன? ஆயிரம் வருடமாக, கரிகால் சோழன் காலத்திலிருந்து பரம்பரைப் பெருமையுடன் வந்திருந்த சோழ சாம்ராஜ்யத்தைத் துறந்து, சுகுமாரன் நாகப்பட்டினம் துறைமுகத்தில் கப்பல் ஏறினான். கடலில் சிறிது தூரம் கப்பல்கள் சென்றதும், மூன்று கப்பல்களிலும் இருந்த வேல், வாள் முதலிய ஆயுதங்களையெல்லாம் எடுத்து, நடுக்கடலில் போடும்படி செய்தான். கல்லுளிகளையும் சுத்திகளையும் தவிர வேறு ஆயுதமே கப்பலில் இல்லாமல் செய்து விட்டான். பிறகு பல தேசங்களுக்குச் சென்று பல இடங்களைப் பார்த்து விட்டுக் கடைசியாக இந்த ஜனசஞ்சாரமில்லாத தீவுக்கு வந்து இறங்கினோம். எல்லாம் இந்தப் பெண்ணாய்ப் பிறந்தவளின் பிடிவாதம் காரணமாகத் தான்!" என்று ஆடவன் சொல்லி நிறுத்தினான்.

கடைசியில் அவன் கூறியது எனக்கு அளவில்லாத திகைப்பை அளித்தது. இத்தனை நேரமும் சுகுமாரன் புவனமோகினியைப் பற்றிப் பேசி வந்தவன், இப்போது திடீரென்று, 'வந்து இறங்கினோம்' என்று சொல்லுகிறானே? இவன் தான் ஏதாவது தவறாகப் பிதற்றுகிறானோ? அல்லது என் காதிலேதான் பிசகாக விழுந்ததோ

என்று சந்தேகப்பட்டு அந்தப் பெண்ணின் முகத்தைப் பார்த்தேன். அவள் கூறினாள், "நீங்களே சொல்லுங்கள் ஐயா! அந்த உளுத்துப் போன பழைய சோழ ராஜ்யத்தைக் கைவிட்டு வந்ததினால் இவருக்கு நஷ்டம் ரொம்ப நேர்ந்து விட்டதா? நாங்கள் இந்தத் தீவுக்கு வந்து ஸ்தாபித்த புதிய சாம்ராஜ்யத்தை இதோ பாருங்கள்! ஒரு தடவை நன்றாகப் பார்த்துவிட்டு மறுமொழி சொல்லுங்கள்!"

இவ்விதம் கூறி, அந்த மோகினித் தீவின் சுந்தரி தீவின் உட்புறத்தை நோக்கித் தன் அழகிய கரத்தை நீட்டி விரல்களை அசைத்துச் சுட்டிக் காட்டினாள். அவள் சுட்டிக் காட்டிய திசையில் பார்த்தேன். மாடமாளிகைகளும், கூட கோபுரங்களும், மணி மண்டபங்களும், அழகிய விமானங்களும், விஹாரங்களும் வரிசை வரிசையாகத் தென்பட்டன. பால் போன்ற வெண்ணிலவில் அக்கட்டிடங்கள் அப்போதுதான் கட்டி முடிக்கப்பட்ட புத்தம் புதிய கட்டிடங்களாகத் தோன்றின. தந்தத்தினாலும் பளிங்கினாலும் பல வண்ணச் சலவைக் கற்களினாலும் கட்டப்பட்டவைபோல ஜொலித்தன. பாறை முகப்புகளில் செதுக்கப்பட்டிருந்த சிற்ப உருவங்களெல்லாம் உயிர்க்களை பெற்று விளங்கின. சிறிது நேரம் உற்றுப் பார்த்துக் கொண்டிருந்தால், அந்த வடிவங்கள் உண்மையாகவே உயிர் அடைந்து, பாறை முகங்களிலிருந்து வெளிக் கிளம்பி என்னை நோக்கி நடந்து வரத் தொடங்கிவிடும் போலக் காணப்பட்டன. கடைசியாகத் தோன்றிய இந்த எண்ணம் எனக்கு ஒரு விதப் பயத்தை உண்டாக்கியது. கண்களை அந்தப் பக்கமிருந்து திருப்பி, கதை சொல்லி வந்த அதிசயத் தம்பதிகளை நோக்கினேன். திடீரென்று பனிபெய்ய ஆரம்பித்தது. அவர்களை இலேசான பனிப்படலம் மூடியிருந்தது. பனியினால் என் உடம்பு சில்லிட்டது.

அவர்களை உற்றுப் பார்த்த வண்ணம், தழதழத்த குரலில், "கதை நன்றாகத்தான் இருந்தது. ஆனால், நான் ஆரம்பத்தில் கேட்ட கேள்விக்குப் பதில் சொல்லவில்லையே? நீங்கள் யார்? இந்தத் தீவுக்கு எப்போது எப்படி வந்தீர்கள்?" என்றேன்.

இருவருடைய குரலும், இனிய சிரிப்பின் ஒலியில் கலந்து தொனித்தன.

"விடிய விடியக் கதைக் கேட்டு விட்டுச் சீதைக்கு இராமன் என்ன உறவு என்று கேட்பது போலிருக்கிறதே?" என்றான் அந்தச் சுந்தர புருஷன்.

தமிழ் மொழியில் மற்றப் பாஷைகளுக்கு இல்லாத ஒரு விசேஷம் உண்டு என்று அறிஞர்கள் சொல்லி நான் கேள்விப்பட்டிருந்தேன். அதாவது ஆயிரக்கணக்கான வருடங்களாகத் தமிழ் மொழி ஏறக்குறைய ஒரே விதமாகப் பேசப்பட்டு வந்திருக்கிறது என்பது தான். இது எனக்கு நினைவு வந்தது. இன்றைக்கும் தமிழ் நாட்டில் வழங்கும் பழமொழியைச் சொல்லி என்னைப் பரிகசித்தது, சோழ இளவரசன் சுகுமாரன் தான் என்பதை ஊகித்துத் தெரிந்து கொண்டேன். அதை வெளியிட்டுக் கூறினேன்.

"தாங்கள் தான் சுகுமார சோழர் என்று தோன்றுகிறது. உண்மைதானே? அப்படியானால் இந்தப் பெண்மணி...?" என்று சொல்லி, உயிர் பெற்ற அழகிய சிற்ப வடிவம் போலத் தோன்றிய அந்த மங்கையின் முகத்தை நோக்கினேன்.

அவள் மூன்று உலகங்களும் பெறக்கூடிய ஒரு புன்னகை புரிந்தாள். அந்தப் புன்னகையுடனே என்னைப் பார்த்து, "ஏன் ஐயா! என்னைப் பார்த்தால், பாண்டிய ராஜகுமாரியாக தோன்றவில்லையா?" என்றாள்.

நான் உடனே விரைந்து, "அம்மணி! தங்களைப் பார்த்தால் பாண்டிய ராஜகுமாரியாகத் தோன்றவில்லைதான். மூன்று உலகங்களையும் ஒரே குடையின் கீழ் ஆளக்கூடிய சக்கரவர்த்தியின் திருக்குமாரியாகவே தோன்றுகிறீர்களே!" என்றேன்.

அப்போது அந்தச் சுந்தரி நாயகனைப் பார்த்து, "கேட்டீர்களா? முன்னைக்கு இப்போது தமிழ்நாட்டு ஆடவர்கள் புகழ்ச்சி கூறுவதில் அதிக முன்னேற்றம் அடைந்திருப்பதாகத் தோன்றவில்லை? தாங்கள், அந்த நாளில் என்னைப் பார்த்து, 'ஈரேழுப் பதினாழு புவனங்களுக்கும் சக்கரவர்த்தினியாயிருக்க வேண்டியவளை, இந்தச் சின்னஞ்சிறு தீவின் அரசியாக்கி விட்டேனே!' என்று சொன்னது ஞாபகமிருக்கிறதா?" என்றாள்.

அதைக் கேட்ட சுகுமார சோழர் சிரித்தார். அதுவரையில் மலைப்பாறையிலே உட்கார்ந்திருந்த அந்தத் தம்பதிகள் அப்பொழுது எழுந்தார்கள். ஒருவர் தோள்களை ஒருவர் தழுவிய வண்ணமாக இருவரும் நின்றார்கள். அப்போது ஓர் அதிசயமான விஷயத்தை நான் கவனித்தேன்.

மேற்குத் திசையில் சந்திரன் வெகுதூரம் கீழே இறங்கியிருந்தான். அஸ்தமனச் சந்திரனின் நிலவொளியில் குன்றுகளின் சிகரங்களும், மொட்டைப் பாறைகளும் கரிய நிழல் திரைகளைக் கிழக்கு

நோக்கி வீசியிருந்தன. சிற்ப வடிவங்களின் நிழல்கள் பிரமாண்ட ராட்சத வடிவங்களாகக் காட்சி தந்தன. நெடிதுயர்ந்த மரங்களின் நிழல்கள் பன்மடங்கு நீண்டு, கடலோரம் வரையில் சென்றிருந்தன. என்னுடைய நிழல் கூட அந்த வெள்ளிய பாறையில் இருள் வடிவாகக் காணப்பட்டது.

ஆனால்....ஆனால்... அந்த அதிசயக் காதலர்கள் என் முன்னாலே, கண்ணெதிரே நின்றார்களாயினும், அவர்களுடைய நிழல்கள் பாறையில் விழுந்திருக்கக் காணவில்லை.

இதைக் கவனித்ததினால் ஏற்பட்ட பிரமிப்புடன் அந்தத் தம்பதிகளை மீண்டும் ஒரு முறை பார்த்தேன். விந்தை! விந்தை! அவர்களையும் காணவில்லை!

அந்த அழகிய தம்பதிகள் இருந்த இடம் வெறுமையாய், சூனியமாய் வெறிச்சென்று இருந்தது.

திடீரென்று நிலவொளி மங்கியது. சுற்றிலும் இருள் சூழ்ந்து வந்தது. என் கண்களும் இருண்டன. தலை சுற்றியது. நினைவிழந்து கீழே விழுந்தேன்.

மறுநாள் உதய சூரியனின் கிரணங்கள் என் முகத்தில் பட்டு என்னைத் துயிலெழுப்பின. திடுக்கிட்டு விழித்தெழுந்தேன். நாலாபுறமும் பார்த்தேன். முதல் நாளிரவு அனுபவங்களெல்லாம் நினைவு வந்தன. அவையெல்லாம் கனவில் கண்டவையா, உண்மையில் நிகழ்ந்தவையா என்று விளங்கவில்லை. அந்தப் பிரச்சனையைப் பற்றி யோசிக்கவும் நேரம் இல்லை. ஏனெனில் நீலக்கடல் ஓடையில் நடுவே நின்ற கப்பல், அதன் பயங்கரமான ஊதுகுழாய்ச் சப்தத்தைக் கிளப்பிக் கொண்டிருந்தது. படகு ஒன்று இந்தக் கரையோரமாக வந்து நின்று கொண்டிருந்தது. அந்தப் படகு மறுபடியும் என்னை ஏற்றிக் கொள்ளாமல் போய்விடப் போகிறதே என்ற பயத்தினால், ஒரு பெரும் ஊளைச் சப்தத்தைக் கிளப்பிக் கொண்டு, நான் அந்தப் படகை நோக்கி விரைந்தோடினேன். நல்ல வேளையாகப் படகைப் பிடித்துக் கப்பலையும் பிடித்து ஏறி, இந்தியா தேசம் வந்து சேர்ந்தேன்.

பின்னுரை

சினிமாவை முழுதும் பார்க்க முடியாமல் என்னை அழைத்துக் கொண்டு வந்த நண்பர், இவ்விதம் கதையை முடித்தார். அந்த விசித்திரமான கதையைக் குறித்துக் கடல் அலைகள் முணுமுணுப்பு பாஷையில் விமரிசனம் செய்தன.

கடற்கரையில் மனித சஞ்சாரமே கிடையாது. கடற்கரை சாலையில் நாங்கள் வந்த வண்டி மட்டுந்தான் நின்றது.

"இன்னமும் எழுந்திருக்க மாட்டீர் போலிருக்கிறதே கதை முடிந்துவிட்டது; போகலாம்!" என்றார் நண்பர்.

"உங்களுடைய மோகினித் தீவை எனக்கும் பார்க்க வேண்டும் என்று ஆசையாயிருக்கிறது. ஒரு தடவை என்னையும் அழைத்துக் கொண்டு போகிறீர்களா?" என்று கேட்டேன்.

"பேஷாக அழைத்துக் கொண்டு போகிறேன். ஆனால் என்னுடைய கதையை நீர் நம்புகிறீரா? ஆடவர்களில் அநேகம் பேர் நம்பவில்லை!" என்றார்.

"நம்பாதவர்கள் கிடக்கிறார்கள். அவர்கள் கொடுத்து வைத்தது அவ்வளவுதான். நான் நிச்சயமாய் நம்புகிறேன்!" என்றேன்.

சிறிது யோசித்துப் பார்த்தால், அந்த நண்பருடைய கதையில் அவநம்பிக்கைக் கொள்ளக் காரணம் இல்லைதானே? வெளியில் நடைபெறும் நிகழ்ச்சிகள் மட்டுமே உண்மையானவை என்று நாம் எதற்காகக் கருதவேண்டும்? கவிஞர் ஒருவனுடைய கற்பனை உள்ளத்தில் நிகழும் அற்புத சம்பவங்களை உண்மையல்லவென்று ஏன் கொள்ள வேண்டும்?